நெல்சன் மண்டேலா

ஜனனி ரமேஷ்

சத்யா

Title
Nelson Mandela
Janani Ramesh

ISBN: 978-93-6666-692-1
Title Code : Sathyaa - 103

நூல் தலைப்பு
நெல்சன் மண்டேலா

நூல் ஆசிரியர்
ஜனனி ரமேஷ்

முதற்பதிப்பு
செப்டம்பர் 2024

விலை : ₹ 200

பக்கம் : 169

Printed in India

Published by
Sathyaa Enterprises
No.137, First Floor,
Choolaimedu,
Chennai - 600 094.
044 - 4507 4203

Email
sathyaabooks@gmail.com

உள்ளே...

1.	குடிசையிலிருந்து கோபுரத்திற்கு	5
2.	சோற்றுப் பிரச்சினை	15
3.	திருமணம் ஏற்படுத்திய திருப்பம்	22
4.	வால்டர் சிசுலு	29
5.	அரசியல் அழைக்கிறது	36
6.	ஆப்பிரிக்கத் தேசியக் காங்கிரஸ் இளைஞர் வசமானது	45
7.	மண்டேலாவின் சட்ட மறுப்பு அறிக்கை	49
8.	மண்டேலாவின் எம் – திட்டம் மற்றும் ஆயுதப் போராட்டம்	61
9.	விடுதலைச் சாசனம்	67
10.	முதல் மனைவி விவாகரத்து மற்றும் வின்னியுடன் திருமணம்	80
11.	உடைந்தது தென் ஆப்பிரிக்கக் காங்கிரஸ் – ராபர்ட் சொபுக்வே புதுக் கட்சி	88
12.	ஷார்ப்பிவில்லியில் மீண்டும் ஒரு ஜாலியன் வாலாபாக் படுகொலை	93
13.	அமைதிப் போராட்டத்திலிருந்து ஆயுதப் போராட்டம்	96
14.	ரிவோனியா வழக்கு விசாரணை	102

15.	முப்பது வயதில் மரணத்தை முத்தமிட்ட இளம் தலைவர் ஸ்டீவ் பைகோ	108
16.	ஆயிரம் மாணவர்கள் சுட்டுக் கொலை	115
17.	தீவிர அரசியலில் வின்னி மண்டேலா	119
18.	ஷார்ப்பிவில்லி படுகொலை 25வது ஆண்டு நினைவு நாளிலும் துப்பாக்கி சூடு	127
19.	நெல்சன் மண்டேலாவை விடுவிக்க உலக நாடுகள் நிர்பந்தம்	132
20.	இருபத்தியேழு ஆண்டுகள் சிறை வாசத்திற்குப் பிறகு மண்டேலா விடுதலை	140
21.	தென் ஆப்பிரிக்க அதிபரானார் நெல்சன் மண்டேலா	147
22.	நோபல் பரிசு உள்பட ஏராளமான விருதுகள், பரிசுகள், பட்டங்கள்	158
23.	அரசியலிலிருந்து முழு ஓய்வு	160
24.	ஜூலை 18 – நெல்சன் மண்டேலா சர்வதேச தினம் – ஐக்கிய நாடுகள் அறிவிப்பு	162
25.	நெல்சன் மண்டேலா மறைவு	164

1

குடிசையிலிருந்து கோபுரத்திற்கு...

ஆங்கிலேயர்களுக்கு எதிரான சுதந்திரப் போராட்ட வரலாற்றில் தென் ஆப்பிரிக்க விடுதலைக்காக 27 ஆண்டுகள் சிறைவாசம் அனுபவித்த போராளி நெல்சன் மண்டேலா. தென் ஆப்பிரிக்காவிலுள்ள மெய்ஸோ (MYEZO) என்னும் சின்னஞ் சிறிய கிராமத்தில் 1918 ஜூலை 18 -ஆம் தேதி பிறந்தார் நெல்சன் மண்டேலா. இந்தக் கிராமம் ட்ரான்ஸ்கி என்னும் பகுதியின் தலைநகரான உம்டாடவில் உள்ளது. தென் ஆப்பிரிக்காவிலேயே கூட அதிகம் அறியப்படாத இந்தக் குக்கிராமம் உலக வரைபடத்தில் முக்கிய இடங்களுள் ஒன்றாக பின்னாளில் கருதப்படும் என யார்தான் அப்போது கணித்திருக்க இயலும்?

தென் ஆப்பிரிக்காவின் வடக்குப் பகுதியில் இரண்டு வகையான பழங்குடி இனத்தவர்கள் வாழ்ந்தனர். அவர்களின் பெயர், ஜூலு மற்றும் ஸ்வாஸி. தென் பகுதியில் வசித்தவர்களுக்குப் பெயர், கோசா (Xhosa) இனத்தவர்கள். இது அமாபகா, அமாபாம்யானா, அமாகலேகா, அமாஃபெங்கூ, அமாபோட்மிஸ், அமாபோண்டா, அபேசோதா, தெம்பு என்று பல உட்பிரிவுகளைக் கொண்ட இனம்

ஆகும். என்றாலும், அவற்றின் முக்கிய உட்பிரிவாகக் கருதப்படுவது தெம்பு (Tembu) பிரிவுதான்.

ட்ரான்ஸ்கியில் வாழ்ந்த பழங்குடி மக்களில் பெரும்பாலானோர் முக்கியப் பிரிவான தெம்பு பிரிவைச் சேர்ந்தவர்களே. மண்டேலாவின் தாய் நோஸ்கேனி (Nonqaphi Nosekeni) மற்றும் தந்தை காட்லா மண்டேலா (Nkosi Mphakanyiswa Gadla Mandela). தெம்பு பிரிவு மக்களின் அரசனுக்குத் தலைமை ஆலோசகராக விளங்கினார். வெஸோ கிராமத்தின் தலைவரும்கூட. அதுவொன்றும் அவராக எடுத்துக்கொண்ட பதவி அல்ல. தெம்பு இன அரசர் கொடுத்த பதவி.

பிரிட்டிஷ் ஆட்சியாளர்களால் அங்கீகரிக்கப்பட்ட அரசரின் நியமனம் என்பதால் காட்லாவின் பதவி நீதிபதியின் பதவிக்கு இணையானது. அரசு ஊதியமும், வேளாண் விளைச்சலுக்கு விதிக்கப்படும் வரியிலிருந்து ஒரு பகுதியும் கணிசமான அளவில் அவருக்கு ஊதியமாகக் கிடைத்தன. அவர் சொன்ன சொல்லை அப்படியே ஏற்றுக் கொள்வார்கள் அந்தக் கிராமத்து மக்கள். சில சமயங்களில், அவர் சொன்னால் மட்டுமே கேட்பார்கள்.

தெம்பு பிரிவு மக்கள் கமாடா (Qamata) என்னும் கடவுளை வணங்கி வந்தனர். தெம்பு பிரிவு தலைவரே பூசாரியாகக் கருதப்பட்டதால், காட்லாவுக்குக் கூடுதல் மதிப்பும் கிடைத்தது. யார் வீட்டில் என்ன நல்லது கெட்டது நடந்தாலும் காட்லாவுக்கு முதலில் தகவல் சொல்லப்படும். அவருடைய பங்களிப்பு இல்லாமல் எந்த வீட்டிலும், எந்தக் காரியமும் நடக்காது. அவர் வயலில் இறங்கி, சேற்றில் கால் வைத்த பிறகுதான் வேளாண் பணிகளே ஆரம்பிக்கப்படும். நல்ல காரியம் தொடங்குவதற்கு முன்னால் இவர் வந்து வாழ்த்த வேண்டும். அந்த நடைமுறையை கிராமத்து மக்கள் கண்டிப்பாகக் கடைப்பிடித்தனர்.

தந்தை வழி சமூகத்தைச் சேர்ந்த கோசா இன மக்களின் தாய் மொழியும் கோசா என்று அறியப்படுகிறது. சட்டத்துக்குக் கட்டுப்பட்டும், அறிவுக்கு மதிப்புக் கொடுத்தும் பழைமையோடு இணைந்தும் நடக்கக் கூடியவர்கள் தெம்பு பிரிவினர். மண்டேலா பிறந்தபோது அவரது பெற்றோர் வைத்த பெயர் ரோலிலாலா (Rolihlahla). கோசா

மொழியில் அந்த வார்த்தைக்கு வம்பு செய்பவன், குறும்பு நிறைந்தவன், மரத்தின் கிளையைப் பிடித்து இழுப்பவன். கலகக்காரன், தனக்குத்தானே துன்பங்களை வரவழைத்துக் கொள்பவன் என்று பல அர்த்தங்கள் உண்டு. அந்தப் பெயருடன் தாத்தாவின் பெயரையும் இணைத்து, ரோலிலாலா மண்டேலா என்று அழைத்தார் அவரது அப்பா காட்லா.

தெம்பு இன மக்கள் இருபது தலைமுறைகளுக்கும் மேலாக அரசு பதவிகளை வகித்து வந்துள்ளனர். அந்த வகையில் பதினெட்டாம் நூற்றாண்டில் தெம்பு இனத் தலைவராக இருந்த மடிபா (Madiba) என்பவருடைய வம்சாவளியில் வந்தவர் காட்லா. ஆகவே, வருங்காலத்தில் தெம்பு இனத் தலைவராக மண்டேலா வருவார் என்று சிலர் கணித்தனர். ஆனால் தன்னைப் போலவே தன்னுடைய மகனும் அரசருக்கே ஆலோசனை சொல்லக்கூடியவனாக வர வேண்டும் என்று விரும்பினார். ஆனால் அனைவரின் எண்ணத்தையும் மீறி, தென் ஆப்பிரிக்கக் கருப்பின மக்களின் தலைவனாகவும், தென் ஆப்பிரிக்காவின் அதிபராகவும், உலகம் போற்றும் உத்தமராகவும், நெல்சன் மண்டேலா உயர்ந்தது காலத்தின் கட்டாயம்.

ஒவ்வொரு கோசா இனத்தைச் சேர்ந்த ஆணுக்கும், குறைந்தது நான்கு மனைவிகள் இருப்பார்கள். நம்மூர் பண்டைய அரசு குடும்பங்களில் முதல் மனைவியை 'பட்டமகிரிஷி' என்றழைப்பது போல் கோசா இனத்தில் முதல் மனைவி 'மதிப்புக்குரிய' மனைவி ஆவார். ஏனைய மனைவிகள் வலதுகை, இடதுகை மற்றும் பணி செய்யும் மனைவிகள். ஒவ்வொரு மனைவிக்கும் தனித் தனியாக வீடுகள். அவர்களின் அன்றாட வாழ்க்கைக்குத் தேவையான ஆடுகள், மாடுகள், கோழிகள், உள்ளிட்ட கால்நடைகளும், மளிகைச் சாமான்களும், வீட்டு உபயோகப் பொருள்களும் அளிக்கப்படும். வாரம் ஒரு மனைவியுடன் கணவன் தங்குவது வழக்கம்.

காட்லாவுக்கு நான்கு மனைவிகள். காட்லாவின் மூன்றாவது இடதுகை மனைவியான நோஸ்கேனி ஃபேனிக்குப் (Nosekeni Fanny) பிறந்த நான்கு குழந்தைகளில், மூன்று பெண்களுக்குப் பிறகு மண்டேலா பிறந்தார். காட்லாவின் மற்ற மனைவிகளுக்குப் பிறந்த

ஆண் குழந்தைகளிலும் மண்டேலாதான் கடைசி மகன். வீட்டின் கடைக்குட்டி என்பதால் இவர்தான் செல்லம். உடன் பிறந்த மூன்று தமைக்கைகளும் ஒருவர் பின் ஒருவராக இறக்க, மண்டேலாவின் மீதான பாசம் இன்னும் அதிகரித்தது.

பதவிகளில் இருப்பவர்களுக்கு அடிக்கடி மேலிடத்துடன் உரசல் ஏற்படுவது வழக்கம். அதற்கு காட்லாவும் விதிவிலக்கல்ல. கோசா இனத் தலைவர் என்ற முறையில் ஒரு முறை திருட்டு வழக்கு ஒன்று காட்லாவிடம் விசாரணைக்கு வந்தது. வழக்கு தொடுத்தவர் உண்மையிலேயே பாதிக்கப்பட்டவர் என்பதால் அவருக்குச் சாதகமாகத் தீர்ப்பளிக்க முடிவு செய்தார் காட்லா. ஆனால் திருடியவன் அரசருடனான தனது செல்வாக்கைப் பயன்படுத்தவே, தீர்ப்பை மாற்றிச் சொல்லச் சொல்லி, மேலிடத்தில் இருந்து காட்லாவுக்கு நிர்பந்தம் வந்தது.

பதவியே போனாலும் பரவாயில்லை, நியாயத்துக்கும் உண்மைக்கும் மாறாகத் தீர்ப்பளிக்க மாட்டேன் என்ற முடிவில் காட்லா உறுதியாக இருந்தார். போதாதா? அரசருக்குக் கோபம் வந்துவிட்டது. அதனைத் தொடர்ந்து அவருக்கு அளிக்கப்பட்டு வந்த வசதிகளும், அதிகாரமும் அதிரடியாகப் பறிக்கப்பட்டன. பதவியில் இருந்தும் நீக்கப்பட்டார். உச்சாணிக்கொம்பில் இருந்த காட்லா, ஒரே இரவில் செல்வாக்கு குறைந்துபோனார். உச்சபட்ச அதிகாரத்துடன் வாழ்ந்த இடத்தை விட்டு, மனைவிகள், பிள்ளைகள் எல்லோரையும் அழைத்துக் கொண்டு வெளியேறினார் காட்லா. அவர் சென்றது, குனு (Qunu) என்னும் மற்றொரு கிராமத்துக்கு.

மலைகள், ஓடைகள், விளைநிலங்கள் என்று கிராமங்களுக்கே உரித்தான பசுமையுடன் குனு விளங்கியது. நூறு குடிசைகள், தொடக்க நிலைப் பள்ளி, சில பெட்டிக் கடைகள் இதுதான் மொத்த குனு கிராமம். மண்டேலாவின் தாயாருக்குச் சொந்தமான மூன்று குடிசைகளில் முதலாவது குடிசை சமையலுக்காகவும், இரண்டாவது உறங்குவதற்கும், மூன்றாவது தானியங்களைச் சேமிக்கவும் ஒதுக்கப்பட்டிருந்தன. மக்காச் சோளம்தான் அவர்களுடைய முக்கிய உணவு. போதும் போதுமென்று சொல்லும் அளவுக்கு ஆடு

மாடுகளின் பாலும், அவற்றின் இறைச்சியும் கிடைத்தன.

குனு கிராமத்தில் மண்டேலாவின் பால்ய வாழ்க்கை தொடங்கியது. அவர்கள் இனத்தில் பெண் குழந்தைகள் அம்மாக்களுடன் வீட்டிலேயே முடங்கிக் கிடப்பார்கள். ஆண் குழந்தைகள் வீட்டை விட்டு வெளியே செல்வார்கள். சுதந்திரமாக விளையாடுவார்கள். பசியெடுத்தால் மட்டுமே வீட்டுக்கு வருவார்கள். எல்லா ஆண் குழந்தைகளைப் போல மண்டேலாவும் பகல் பொழுது முழுவதையும் நண்பர்களுடன் சேர்ந்து விளையாட்டிலும், சண்டையிலும், கவண்கல் மூலம் பறவைகளை வீழ்த்துவதிலும், தேன் கூட்டிலிருந்து தேன் எடுப்பதிலும் பொழுதைக் கழித்தான். உயரமான இடத்திலிருந்து ஆற்றில் குதிப்பது, நீண்ட தூரம் நீந்துவது, கம்புச்சண்டை போடுவது, ஒளிந்து கொள்வது, தொட்டுவிட்டு ஓடுவது ஆகியவை மண்டேலாவுக்குப் பிடித்தமான விளையாட்டுகள்.

விளையாட்டைத் தவிர்த்துவிட்டுப் பார்த்தால், சரித்திரக் கதைகளையும், புராணங்களையும், முன்னோர்களைப் பற்றியும் கதைகள் கேட்பது மண்டேலாவுக்குப் பிடித்தமான விஷயம். மரத்தடிகளில்

அமர்ந்து கொண்டு எந்தப் பெரியவர் கதை சொல்லிக் கொண்டிருந் தாலும் அங்கே சென்றுவிடுவான் மண்டேலா. தென்னாப்பிரிக்காவின் பூர்வ வரலாறு, ஐரோப்பியர்களின் வருகை, பிரிட்டிஷாரின் ஆதிக்கம், வெள்ளையர்கள் - கருப்பர்கள் மோதல் ஆகியவற்றை எல்லாம் மரத்தடிக் கதைகள் வழியாகத்தான் சிறுவன் மண்டேலா தெரிந்து கொண்டான்.

இந்தியாவைப் போலவே, ஆப்பிரிக்க நாடுகளிலும், பெற்றோர் களும், தாத்தா பாட்டிகளும், உறவினர்களும் சொன்ன நீதிக் கதை களே பிள்ளைகளுக்கான பாடங்கள். ஏட்டுக் கல்வியை விடச் செவி வழிக் கல்வியையே ஆப்பிரிக்கக் குழந்தைகள் கற்றுக் கொண்டனர். காட்லா தனது மகன் மண்டேலாவிற்குச் சொல்லும் கதைகளில் போர்க் களமும், மூதாதையர்களின் வீரமும் விரிந்திருக்கும். கோழைகளைப்போல் ஒளியாமல், நெஞ்சை நிமிர்த்திச் சண்டை யிட்டு, வீர மரணத்தைத் தழுவும் கதைகளில், நீதி, நேர்மை, நியாயம் மற்றும் உண்மை கலந்திருக்கும்.

தாய் அன்பையும், பாசத்தையும் உணவுடன் குழைத்து குழந்தை களுக்கு ஊட்டி மகிழ்ந்தாள். பெரியவர்களிடம் மரியாதையாக நடந்து கொள்ளுதல், சடங்குகள், சம்பிரதாயங்கள், கடவுள்கள் ஆகியவற்றையும் சொல்லிக் கொடுத்தாள். நன்மை செய்தால் நன்மையும், தீமை செய்தால் தீமையும் விளையும் என்பது, சிறு வயது முதற்கொண்டே மண்டேலாவின் மனத்தில் ஆழமாகப் பதிந்து போனது. இவ்வாறாக இளம் வயது முதற்கொண்டே தந்தையிடம் வீரத்தையும், தாயிடம் அன்பையும் கற்று வளர்ந்தார்.

அரசியலில் மதத்தைக் கலக்கக் கூடாது என்று மேம்போக்காகச் சொன்னாலும் ஐரோப்பியர் உள்பட எந்த ஆட்சியரும் அதற்கு விதிவிலக்கில்லை. வெள்ளையர்கள் தாங்கள் அடிமைப்படுத்திய நாடுகளில் அரசியலுடன் அவர்களுடைய கிறித்தவ மதத்தைக் கலந்தே ஆட்சி செய்தனர். அந்த வகையில் தென் ஆப்பிரிக்காவை ஆண்ட வெள்ளையர்கள் அங்குள்ளவர்களை கிறித்துவர்களாக மாற்றுவதிலும் ஈடுபட்டனர். மருத்துவம் மற்றும் கல்வி ஆகிய இரு துறைகள் மூலம் மக்களிடையே கிறித்துவத்தைப் பரப்பினர்.

கிறித்துவ மதத்துக்கு முதலில் மாறியவர் மண்டேலாவின் தாயார் ஃபேனி. அதனைத் தொடர்ந்து மெதடிஸ்ட் வெஸ்லியன் தேவாலயத்தில் மண்டேலாவுக்கு ஞானஸ்நானம் நடைபெற்றது. கிறித்தவப் பள்ளியில் படிக்க மதம் மாறுவது அவசியம் என்பதாலும், அதை விட முக்கியமாகத் தனது பரம்பரையில் யாருக்குமே எழுதப் படிக்கத் தெரியாத நிலையில், மகன் மண்டேலாவேனும் படிக்கட்டுமே என்ற ஆசை காரணமாகவும் காட்லா ஒப்புக் கொண்டார்.

ஏழு வயது நிரம்பிய மண்டேலா வழக்கம்போல் தோளில் போர்வையையும், இடுப்பில் துணியையும் சுற்றிக் கொண்டு, அது கீழே விழாமலிருக்க ஒரு ஊசியைக் குத்திக் கொண்டு விளையாடக் கிளம்பினான். அவனை அருகே அழைத்த காட்லா 'உனக்கு ஏழு வயதாகி விட்டது. படிப்பறிவில்லாத நமது பரம்பரியத்தில் பள்ளிக்குச் செல்லப் போகும் முதல் குழந்தை நீதான். இந்தப் போர்வையைக் கழற்றிவிட்டு, பேண்ட் சட்டை அணிந்து கொள்' என்று சொல்லி, அன்புடன் அவனுக்குப் புதிய உடையை அணிவித்தார்.

பிரிட்டிஷ்காரர்களிடம் ஒரு பழக்கமுண்டு. உள்ளூர்ப் பெயர்கள் அவர்களின் வாயில் நுழையாது என்பதால் அந்த மாணவர்களுக்கு ஆங்கிலப் பெயர்களைச் சூட்டி விடுவார்கள். அந்த வகையில், வகுப்பு ஆசிரியை ம்டிங்கானே (Miss Mdingane), மாணவர்கள் அனைவருக்கும் ஆங்கிலப் பெயரைச் சூட்டிக் கொண்டே வந்தார். ரோலிலாலா மண்டேலாவின் முறை வந்தது. இந்த நீண்ட பெயர் அவர் வாயில் நுழையவில்லை. ஆதலால், 'இன்று முதல் நீ நெல்சன்' என்று சொல்லிப் புதுப் பெயர் சூட்டினார்.

சொந்தப் பெயர் இருக்கும்போது எதற்காகத் தனிப்பெயர் என்று யோசித்தார் மண்டேலா. ஆனால் அதுதான் நடைமுறை என்றதும், சரியென்று தலையசைத்து விட்டார். காலப்போக்கில் அந்தப் பெயரே நிலைக்க, பின்னாளில் இரு பெயர்களையும் இணைத்து 'நெல்சன் மண்டேலா' ஆகி விட்டார்.

மாதத்தில் ஒரு வாரம் மட்டுமே மண்டேலாவின் தாய் வீட்டில் தங்குவார் காட்லா. மற்ற மூன்று வாரங்களை மற்ற மூன்று மனைவிகளின் வீட்டில் கழிப்பது வழக்கம். திடீரென ஒருநாள்

வீட்டுக்கு வந்தார் காட்லா. அவருடைய திடீர் வருகை மண்டேலா வுக்கு ஆச்சரியத்தைக் கொடுத்தது. கூடவே, சந்தோஷமும் வந்து சேர்ந்தது. ஆனால், வழக்கமான உற்சாகமின்றி கொஞ்சம் தளர்ந்தும், இருமிக் கொண்டும் வந்திருந்தார். அது மண்டேலாவின் தாயாரைக் கலவரப்படுத்தியிருந்தது. ஏதோ விபரீதம் நடக்கப் போகிறது என்பதை அவருடைய மனம் உணர்த்தியது. உடனடியாக தன்னுடைய சக்காளத்திகளுக்குத் தகவல் கொடுத்தார்.

'பயமாக இருக்கிறது, புகைக்க வேண்டும். உடனே கொண்டு வா' என்று உடல் உபாதையிலும் உரக்கக் கத்தினார் காட்லா. சுகவீன மாக இருக்கும் நிலையில் புகைக்க வேண்டும் என்கிறாரே என்று குழம்பினார்கள். ஆனால் காட்லா விடுவதாக இல்லை. குரல் உடைந்து மீண்டும் மீண்டும் ஈன ஸ்வரத்தில் கேட்கவே, வேறு வழி யில்லாமல் பைப்பில் புகையிலையைப் பற்ற வைத்து அவரிடம் கொடுத்தனர். நிறுத்தாமல் புகைத்துக் கொண்டே இருந்தார். சுமார் ஒரு மணி நேரம் கடந்திருக்கும். பைப் நழுவிக் கீழே விழுந்தது. ஆம், மரணம் அடைந்தார் காட்லா.

ஒன்றல்ல, நான்கு குடும்பங்கள் திடீரென நிர்க்கதியாக நின்றன. எதிர்காலம் கேள்விக்குறியானது. நான்கு மனைவிகளும் ஆளுக்கொரு பாதையைத் தேர்வு செய்தார்கள். மண்டேலாவின் தாயார் ஃபேனியின் மனத்தில் வேறொரு திட்டம் இருந்தது. கூடவே, எதையும் தாங்கும் துணிச்சலும் இருந்தது. காரணம், அவருக்குப் பெரிய இடத்திலிருந்து வந்திருந்த அனுசரணைக் கடிதம்.

காட்லா மரணம் அடைந்ததும், தெம்பு இன மன்னரின் அரண்மனை யில் இருந்து மண்டேலாவின் தாயார் ஃபேனிக்கு, அழைப்பு வந்திருந்தது. 'மண்டேலாவை அழைத்துக்கொண்டு அரண்மனைக்கு வரவும். ஆக வேண்டியதைப் பிறகு பார்த்துக் கொள்ளலாம்' என மன்னர் மடல் அனுப்பியிருந்தார். ஆகவே, மண்டேலாவை அழைத்துக் கொண்டு தெம்பு மக்களின் தலைமையகமான மெகஸ்வினிக்குப் (Mqhekezweni) புறப்பட்டார்.

பங்களா போன்று பிரம்மாண்ட கட்டடத்தின் முன்பு குழுமியிருந்த கூட்டத்தோடு கூட்டமாக இருவரும் நின்றனர். கப்பலைப் போல்

பிரம்மாண்ட ஃபோர்ட் கார் உள்ளே நுழைந்தது. கோட்டும் சூட்டுமாக காரிலிருந்து ஒற்றை நாடியாக இறங்கிய நபரை அனை வரும் வணங்க அவரும் பதில் வணக்கம் சொன்னார். அவர்தான் அரசர் ஜோகிந்தாபா (JOGINTABA DALINDYEBO). வந்தவர்கள் தங்கள் பெயரைப் பதிவு செய்து அழைப்புக்காகக் காத்திருந்தனர்.

வெளியே காத்திருந்தவர்களை ஒவ்வொருவராக உள்ளே அழைத்து விசாரித்தார் ஜோகிந்தாபா. சிறிது நேரம் கழித்து மண்டேலாவின் தாய் ஃபேனியின் முறை வந்ததும் இருவரும் அறைக்குள் நுழைந்தனர். மண்டேலாவும் ஃபேனியும் மன்னரைச் சந்தித்தனர். காட்லாவின் மரணம் குறித்து விசாரித்தார். பின்னர், 'காட்லாவின் மகன் மண்டேலாவும் எனக்கு மகனைப் போன்றவன் தான். அவனைப் படிக்க வைத்து, வளர்த்துப் பெரிய ஆளாக்க வேண்டியது என்னுடைய பொறுப்பு. கவலை வேண்டாம்' என்று ஃபேனிக்கு ஆறுதல் கூறினார்.

மண்டேலாவைப் படிக்க வைப்பது என் பொறுப்பு என்று ஜோகிந்தாபா சொல்ல வேண்டிய அவசியமென்ன? காரணம் இல்லாமலில்லை. அவருக்கு முன்பு அரசராக இருந்த ஜோங்கிலிஸ்வி மரணம் அடைந்த போது, அடுத்த அரசராக யாரை நியமிக்கலாம் என்ற கேள்வியும் எழுந்தது. இறந்துபோன அரசருக்குப் பல மனைவிகள், பல மகன்கள் இருந்தனர். அவர்களில் யாரை அடுத்த அரசராக்குவது என்ற குழப்பம் நிலவியது. அப்போது பிரச்சனைக்குத் தீர்வு கண்டது அரசரின் ஆலோசகராக இருந்த காட்லாதான். பல மகன்கள் இருந்தாலும் அவர்களுள் ஜோகிந்தாபா மட்டுமே எழுதப் படிக்கத் தெரிந்தவர் என்பதால் அவரையே அடுத்த அரசராகத் தேர்வு செய்து நியமிக்க வேண்டுமென காட்லா ஆலோசனை வழங்கினார். அவரது ஆலோசனை ஏற்றுக் கொள்ளப்பட்டது. ஜோகிந்தாபா அரசராகப் பொறுப்பேற்றுக் கொண்டார். தான் அரசராக தேர்ந்தெடுக்கப்படுவதற்குக் காரணமாக இருந்த காட்லா வுக்கு நன்றி தெரிவிக்கும் வகையில்தான் அவரது மகனான மண்டேலாவை வளர்த்துப் படிக்க வைக்கும் பொறுப்பை ஜோகிந்தாபா ஏற்றுக் கொண்டார். பரஸ்பர மனஸ்தாபங்களை எல்லாம் மரணம் மறைத்தது.

'தத்துப் பிள்ளைபோல் ஜோகிந்தாபா தன்னைப் படிக்க வைக்கப் போகிறார், வசதியான வாழ்க்கை வாழப் போகிறோம்' என்ற சந்தோஷத்தில் மிதந்தான் மண்டேலா. ஆனால், அம்மாவும் தன்னுடன் இருப்பார் என்ற அவரது கனவு மட்டும் தவிடு பொடியானது. தன்னை ஜோகிந்தாபாவிடம் ஒப்படைத்துவிட்டு அம்மா எங்கே போனார், ஏன் போனார் என்பது கடைசிவரை மண்டேலாவுக்குத் தெரியவேயில்லை.

சின்னஞ்சிறு குடிசையில், அம்மா அப்பா அரவணைப்பில் பிறந்த மண்டேலா, இப்போது பெற்றோர் இன்றி, அரண்மனையில் வளரத் தொடங்கினான்.

◻

2

சோற்றுப் பிரச்சனை

அரண்மனை வாழ்க்கை எப்படி இருக்குமோ என்ற சந்தேகத் துடனேயே வாழ்க்கையைத் தொடங்கினான் மண்டேலா. ஜோகிந்தாபாவின் மகன் ஜஸ்டிஸ் மற்றும் மகள் நொமாஃபு ஆகியோருக்கு இணையாக இன்னொரு மகனாகவே அரண்மனை யில் வளர்ந்தான் மண்டேலா. சுவையான உணவு, புதிய உடை, ஆங்கிலப் படிப்ப உள்பட மேற்கத்தியப் பாணியில் வசதியான வாழ்க்கை. மூவர் மீதும் எந்த அளவிற்கு அன்பையும், பாசத்தையும் பொழிந்தாரோ அதே அளவிற்குக் கறாராகவும், கண்டிப்பாகவும் இருந்தார். பாராட்டோ, தண்டனையோ பாரபட்சமின்றி மூவரை யும் சமமாகவே ஜோகிந்தாபா பாவித்தார்.

வேளை தவறாமல் உணவு, உடுக்க உடை, ஆங்கிலப் படிப்பு என மேற்கத்தியப் பாணியில் வசதியான வாழ்க்கை. எல்லாமே மண்டேலாவுக்குப் புதிய அனுபவமாக இருந்தது. அப்பாவின் மீது மன்னருக்கு இருந்த மரியாதைதான் எல்லாவற்றுக்கும் காரணம் என்பதை மண்டேலாவின் தாயார் சொல்லி விட்டுத்தான் போயிருந் தார். 'எந்தத் தவறையும் செய்து விடாதே. உன் எதிர்காலம்

உன்னுடைய பழக்க வழக்கங்களிலும் நடத்தையிலும்தான் இருக்கிறது' என்ற அம்மாவின் எச்சரிக்கை வார்த்தைகள் மண்டேலாவை எல்லை மீறாமலும், தடம் புரளாமலும் காப்பாற்றிக் கொண்டிருந்தன.

மன்னர் ஜோக்கிந்தாபாவைச் சந்திக்க அரண்மனைக்குப் பல தரப்பட்ட மனிதர்களும் வருவார்கள். சீமான்கள் வருவார்கள். அறிவுஜீவிகள் வருவார்கள். சாமானியர்கள் வருவார்கள். எல்லோருடனும் மன்னர் விவாதத்தில் ஈடுபடுவார். வந்திருப்பவர்கள் மன்னருடன் எதிர்வாதம் செய்வார்கள். எல்லாவற்றையும் அமைதியாகப் பார்த்துக் கொண்டிருப்பான் மண்டேலா.

வீட்டில் இருக்கும்வரை இயேசுவைக் கும்பிடுவதோ, தேவாலயத்துக்குப் போவதோ மண்டேலாவுக்குப் பிடிக்காது. வீட்டில் இருப்பவர்கள் வற்புறுத்தி அழைத்தால் மட்டும் தேவாலயம் சென்று வருவான். ஆனால் அரண்மனைக்கு வந்த பிறகு தேவாலயத்துக்குச் செல்வது அன்றாட நடவடிக்கைகளில் ஒன்றாக மாறிவிட்டது. காரணம், தேவாலயத்துக்கு வரத் தவறினால் தண்டனை நிச்சயம் என்று மிரட்டி வைத்திருந்தார் மன்னர் ஜோக்கிந்தாபா. ஆக, மண்டேலாவுக்கு வந்த கடவுள் பக்தி, கட்டாயம் காரணமாக வந்ததுதான்.

மண்டேலா ஐந்தாம் வகுப்பை வெற்றிகரமாக முடித்தும் கிளார்க்பெரி இன்ஸ்டிட்யூட் என்னும் உயர் பள்ளியில் சேர்க்கப் பட்டான். அதே பள்ளியில்தான் ஐஸ்டிஸூம் படித்தான். பள்ளியை நிர்வகித்து வந்த ஹாரிஸ் என்ற பாதிரியாரிடம் மண்டேலாவை அழைத்துச் சென்றார் ஜோக்கிந்தாபா. 'இந்தப் பையனின் தந்தை காட்லா, என் தந்தை ஜோங்கிலிஸ்வியின் ஆலோசகராக இருந்தவர். இப்போது மரணம் அடைந்துவிட்டார். ஆகவே, இவன் என்னுடைய பொறுப்பில் வளர்கிறான். அவனது தந்தையைப் போலவே இவனும் எனக்கு ஆலோசகராக வரும் அளவுக்கு உயர்நிலைப் படிப்புகள் இருக்க வேண்டும் என்று விரும்புகிறேன்' என்றார் ஜோகிந்தாபா.

மன்னரின் எண்ணம் பூர்த்தியாகும் அளவுக்கு உரிய பாடங்களைச் சொல்லித் தருவதற்கு எல்லா ஏற்பாடுகளையும் செய்து தருவதாக வாக்குறுதி கொடுத்தார் பாதிரியார். அதன்படியே மண்டேலாவும்

படிப்பில் தீவிர கவனம் செலுத்திப் படித்தான். மண்டேலாவின் தாயார் அவ்வப்போது அரண்மனைக்கு வந்து மண்டேலாவைப் பார்த்து விட்டுச் செல்வார். மெல்ல மெல்ல அடுத்தடுத்த வகுப்பு களுக்கு முன்னேறினான் மண்டேலா. ஆம். மண்டேலாவின் வயது கூடிக்கொண்டே போனது.

மண்டேலா பதினாறு வயது பதின்பருவ இளைஞன் ஆன போது, மன்னர் ஜோக்கிந்தாபா மண்டேலாவை அழைத்தார். 'உனக்கு பதினாறு வயது ஆகிவிட்டது. ஒரு முக்கியமான சடங்கைச் செய்ய வேண்டும். அதற்கான ஏற்பாடுகளுக்கு உத்தரவிட்டுள்ளேன்' என்றார்.

அந்தச் சடங்கைப் பற்றி மண்டேலா ஏற்கெனவே கேள்விப் பட்டிருக்கிறான். ஆம். வயதில் மூத்த நண்பர்கள் சிலருக்கு அந்தச் சடங்குகள் அவர்கள் வீட்டில் நடத்தப்பட்டதை செவிவழிச் செய்தி யாகக் கேள்விப்பட்டிருக்கிறான். இப்போது அவனுக்கே அந்தச் சடங்கிற்கான ஏற்பாடுகள் செய்யப் போவதாக மன்னர் சொன்னதும் கொஞ்சம் பயந்தான்.

முஸ்லிம் ஆண்களுக்கு மதச் சம்பிரதாயப்படி செய்யப்படும் ஆண் குறி முன் தோல் நீக்கம் 'சுன்னத்' எனப்படும். இதுபோன்ற சடங்கு கோசா பழங்குடியைச் சேர்ந்த ஆண்களுக்கும் நடத்தப்படுவது வழக்கம். இது நிறைவு பெற்றால் மட்டுமே அவன் முழுமையான இளைஞன் என்னும் தகுதியைப் பெறுவான். இல்லாவிட்டால் அவன் சிறுவனாகவே கருதப்படுவான். சம்பிரதாய நிகழ்ச்சிகளில் கலந்து கொள்ளவோ, திருமணம் செய்து கொள்ளவோ முடியாது. முக்கியமாக, தந்தை சொத்தில் பங்கு கிடைக்காது.

ஆகவே பதினாறு வயது நிரம்பிய மண்டேலாவுக்கு இந்தச் சடங்கைச் செய்ய ஜோகிந்தாபா முடிவெடுத்தார். நல்ல நாள் குறிக்கப்பட்டது. மண்டேலாவை அழைத்தார்கள். ஒரே நொடியில் சடங்கு முடிந்தது. ஆண்குறியின் முன் தோலை இழுத்து ஒரு வெட்டு. வலியில் துடித்தான் மண்டேலா. ஆனாலும், இன்று முதல் நான் இளைஞன் என்ற பெருமிதம் வலியை மறக்கடித்தது.

'நான் இளைஞன் ஆகிவிட்டேன்' என்பதை உரக்கச் சொன்னால் தான் சடங்கு நிறைவடையும் என்பதால், வலியைப் பொறுத்துக் கொண்டு, அடிவயிற்றிலிருந்து 'நிடியிண்டாடா' (NDIYINDODA) என்று பலமுறை உரக்கக் கத்தினான் மண்டேலா, ஆம். அந்த நொடி முதல் சிறுவன் என்ற நிலையிலிருந்து இளைஞன் என்னும் நிலைக்கு உயர்ந்தான் மண்டேலா.

1937 இல் ஆரம்பப் பள்ளிப் படிப்பை முடித்த மண்டேலா உயர் நிலைப் பள்ளியான ஹில்டவுன் என்னும் வெஸ்லியனில் சேர்ந்தான். உம்டாடாவிலிருந்து 75 மைல் தொலைவிலுள்ள ப்யூஃபோர்ட் கோட்டையில் இந்தப் பள்ளி அமைந்துள்ளது. க்ளார்க்பெர்ரியைப் போன்றே ஹில்டவுனும் மெதாடிஸ்ட் தேவாலயத்தின் கட்டுப்பாட்டில் இயங்கி வந்தது. அதன் தலைமை ஆசிரியர் ஆர்தர் வெலிங்க்டன். ஆனால் அவர் க்ளார்க்பெரி ஹாரிஸ் பாதிரியாரைப் போல் அமைதி யானவரில்லை. சற்றே கண்டிப்பானவர். கடுகடுப்பானவரும்கூட.

வாட்டர்லூ போரில் நெப்போலியனைத் தோற்கடித்த டியூக் ஆஃப் வெலிங்க்டன் வாரிசு என்று தனக்குத் தானே மகுடம் சூட்டிக் கொண்டு தற்பெருமை பேசினார். உலகின் சிறந்த குடிமக்கள் ஆங்கிலேயர்கள் என்றும், சிறந்த மொழி ஆங்கிலமே என்றும் கூறினார். ஹாரிஸ் பாதிரியாரிடம் இருந்த கனிவும் அன்பும் இவரிடம் இல்லை என்பதைச் சேர்ந்த முதல் நாளே மண்டேலா உணர்ந்து கொண்டார். என்றாலும், விஷய ஞானம் அதிகம் உள்ளவர் என்பதால் அவர் நடத்தும் பாடங்களைக் கூர்ந்து கவனிப்பான் மண்டேலா.

ஹில்டவுன் பள்ளியில் மூன்றாண்டுகள் உயர்நிலை வகுப்புகளை முடித்த பிறகு பி.ஏ. பட்டப் படிப்புக்காக 1939இல் யுனிவர்சிட்டி காலேஜ் ஆஃப் ஃபோர்ட் ஹரே என்னும் கல்லூரியில் சேர்ந்தான் மண்டேலா. ஹில்டவுனுக்குக் கிழக்கே இருபது மைல் தொலைவில் ஆலிஸ் பகுதியில் நிறுவப்பட்டிருந்த இந்தக் கல்லூரியில் தெற்கு, மத்திய மற்றும் கிழக்கு ஆப்பிரிக்க மாணவர்கள் படித்துக் கொண்டி ருந்தனர். ஆப்பிரிக்காவின் ஒரு சிறிய பகுதியை சேர்ந்த மக்களுடன் மட்டுமே அதுவரை பழகி வந்த மண்டேலாவுக்கு பல்வேறு

கலாசாரங்களைப் பின்னணியாகக் கொண்ட ஆப்பிரிக்க மாணவர்களுடன் பழக யுனிவஸ்ர்சிட்டி காலேஜ் ஆஃப் ஃபோர்ட் ஹரே மிகப் பெரிய தளமாக அமைந்தது.

ஆங்கிலம், அரசியல், நிர்வாகம், மானுடவியல், கோசா, இலத்தீன், வரலாறு, ரோமன் மற்றும் டச்சு சட்டங்கள் என பல்வேறு பிரிவுகளைப் பற்றித் தெரிந்து கொள்ள பல்துறை பேராசிரியர்களுடன் கலந்துரையாடினான் மண்டேலா. குறிப்பாக, ஆப்பிரிக்க மூதாதையரின் உள்ளூர் நிர்வாகம் குறித்த பாடங்கள் அவனைக் கவர்ந்தன. இது பற்றி மேலும் தெரிந்து கொள்ள சம்மந்தப்பட்ட அரசுத் துறையில் சேரும் எண்ணம் கூட அவனுக்கு இருந்தது. தனது தந்தை காட்லா பற்றித் தனக்கே தெரியாத பல செய்திகளை கோசா இனம் பற்றிப் பாடங்களை எடுத்த பேராசிரியர் ஜபாவு தெரிவித்த போது மண்டேலா ஆச்சரியப்பட்டான். தனது ஆத்ம நண்பரும் வாழ்நாள் தோழருமான ஆலிவர் டாம்போ (Oliver Tambo) இந்தக் கல்லூரியில்தான் மண்டேலாவுக்கு அறிமுகமானார்.

கால்பந்து மைதானத்தில் இருவரும் முதன் முறையாகச் சந்தித்துக் கொண்டனர். ட்ரான்ஸ்கியிலுள்ள போண்டோலேண்ட் பகுதியைச் சேர்ந்த அவரின் புத்திசாலித்தனம், வாதத் திறமை, படிப்பாற்றல் ஆகியவை மண்டேலாவைக் கவர்ந்தன. இருவரும் பின்னாளில் இணைந்து தென் ஆப்பிரிக்காவின் நீண்ட நெடிய விடுதலைப் போரை முன்னெடுத்துச் சென்றனர் என்பது குறிப்பிடத்தக்கதாகும். அவர் படித்த கல்லூரியில் மூத்தவர்கள், இளையவர்கள் தகராறு அதிகம் இருந்தது. உலகம் தழுவிய அளவில் நடைபெறும் விஷயம் தான். விடுதி நிர்வாகத்தை மூத்த மாணவர்கள் நடத்திக் கொண்டிருந் தனர். அதனால் இளைய மாணவர்களுக்குக் கிடைக்க வேண்டிய நியாயமான விஷயங்கள்கூட மறுக்கப்பட்டன. எதிர்த்துக் கேட்கப் போனால், மூத்த மாணவர்கள் குழுவாகச் சேர்ந்து கொண்டு, இளைய மாணவர்களை மிரட்டியும் விரட்டியும் அடித்தார்கள்.

கல்லூரி நிர்வாகத்திடம் சென்று முறையிட்டார் மண்டேலா. அவர்களுடைய தலையீட்டுக்குப் பிறகு பிரச்சனைகள் குறைந்தனவே ஒழிய, தீரவில்லை. மாற்று ஏற்பாடாக, விடுதி நிர்வாகத் தேர்தலில்

இளைஞர்களும் குதிப்பது என்று முடிவு செய்தார். அவருடைய யோசனைக்கு மற்ற மாணவர்கள் சம்மதித்தனர்.

தேர்தலில் இளைய மாணவர்கள் இறங்கியதால், விடுதி நிர்வாகத்தில் மாற்றங்கள் வந்தன. பின்னர் நடந்த மாணவர் சங்கத் தேர்தலில் போட்டியிட்டார் மண்டேலா. அவருக்கும் அவருடைய குழுவினருக்கும் கல்லூரில் நல்ல செல்வாக்கு. குறிப்பாக, விடுதிப் பிரச்னையில் சில மாற்றங்களைக் கொண்டு வந்ததுதான் காரணம். அது மாணவர் சங்கத் தேர்தலிலும் எதிரொலித்தது. மண்டேலா அணியின் மாணவர்கள் சங்கத் தேர்தலில் அமோக வெற்றி பெற்றனர்.

பொறுப்பைக் கையில் எடுத்ததும் மண்டேலா முதலில் கவனித்தது சோற்றுப் பிரச்சனையைத்தான். ஆம். அப்போது விடுதியில் தரப்பட்ட உணவுகள் தரமற்றதாக, சத்தற்றதாக இருந்தன. கல்லூரி நிர்வாகத் திடம் விஷயத்தைக் கொண்டு சென்றார் மண்டேலா. ஆனால், 'இந்த மாதிரியான விஷயங்களில் எல்லாம் மாணவர் சங்கம் தலையிடத் தேவையில்லை, கல்லூரி நிர்வாகம் கவனித்துக் கொள்ளும். ஒதுங்கியிருங்கள்' என்று சொல்லி விட்டார்கள்.

'சோற்றுப் பிரச்சனை வாழ்வாதாரப் பிரச்சனை. இதில் தலையிடக் கூடாது என்றால் மாணவர் சங்கம் எதில்தான் தலையிடுவது? அப்படிப்பட்ட பதவியே வேண்டாம் எனக்கு' என்று சொல்லி விட்டார் மண்டேலா. சொன்னதோடு நிறுத்திக் கொள்ளவில்லை. சட்டென்று அமர்ந்து கடிதம் ஒன்றை எழுதினார். ராஜினாமா கடிதம். கல்லூரி முதல்வரிடம் நீட்டினார். மறுநொடி அதிர்ந்து போய் விட்டார் கல்லூரி முதல்வர்.

'ஏன் இத்தனை ஆவேசம், அவசரம், கோபம் - கொஞ்சம் பொறுமை யாக இரு' மண்டேலாவை அமைதிப்படுத்தினார் கல்லூரி முதல்வர். இருக்கும் பிரச்சனை போதாதென்று புதிதாக ஏதேனும் முளைக்கக் கூடாதே என்ற கவலை அவருக்கு.

'மாணவர்களின் வயிற்றுப் பிரச்சனையில் தலையிட எனக்கு உரிமை இல்லை என்றால், அதற்குக்கூட இந்தப் பதவி உதவாது என்றால்

எனக்கு தலைவர் பதவி அவசியமில்லை. என்னை விட்டுவிடுங்கள்' என்று திட்டவட்டமாகச் சொன்னார் மண்டேலா.

கொஞ்சம் யோசித்த கல்லூரி முதல்வர், 'கல்லூரிக்கு விடுமுறை விடப்பட்டுள்ளது. வீட்டுக்குப் போ. மீண்டும் கல்லூரி திறந்ததும் வா. உன்னுடைய பொறுப்புகளைக் கவனி. விருப்பம் இல்லை என்றால், கல்லூரிக்கே வரவேண்டாம், போய்விடு' என்று அழுத்தந் திருத்தமாகச் சொன்னார்.

கொஞ்சம் மிரட்டிப் பார்த்தால் பயந்துவிடுவார் என முதல்வர் எதிர்பார்த்தார். ஆனால், மண்டேலாவோ, அப்படிப்பட்ட படிப்பே வேண்டாம் என்று சொல்லிவிட்டு, வீட்டுக்கு வந்து விட்டார். கல்லூரி முதல்வர் அதிர்ச்சியில் உறைந்து போனார்.

◻

3

திருமணம் ஏற்படுத்திய திருப்பம்!

இனி மண்டேலா படிக்கப் போவதில்லை என்பது ஜோக்கிந்தாபாவுக்குத் துல்லியமாகத் தெரிந்தது. காரணம், கல்லூரியை விட்டு வந்ததில் இருந்து பல முறை பேசிப் பார்த்து விட்டார். கல்லூரி முதல்வரிடம் மன்னிப்பு கேட்டுவிட்டு, படிப்பைத் தொடர்வதுதான் எதிர்காலத்துக்கு நல்லது என்று சொல்லிப் பார்த்தார். ஆனால் மண்டேலா மசிவதாக இல்லை.

இப்போது ஜோக்கிந்தாபாவின் மனதில் புதிய திட்டம் உருவானது. மண்டேலாவும் ஜஸ்டிஸும் இளைஞர்கள். பருவக் காளைகள். தனியே திரிவது சிக்கலை ஏற்படுத்தும். ஆகவே, ஆளுக்கொரு பெண்ணைப் பார்த்துத் திருமணம் செய்து வைத்து விட்டால் என்ன என்று யோசித்தார். ஆகவே, இருவரையும் அழைத்துப் பேசினார்.

'இருவரும் திருமண வயதை எட்டி விட்டீர்கள். எனக்கும் வயதாகி விட்டதால் விரைவில் உங்கள் திருமணத்தை நடத்தி விட விரும்புகிறேன். பெண்களின் பெற்றோர்களையும் பார்த்துப் பேசி விட்டேன். தேதி குறிக்க வேண்டியதுதான் பாக்கி' என்றார்.

தங்கள் சம்மதத்தைக் கேட்கவில்லை. அதை விட முக்கியமாகப், பெண்ணின் முகத்தைக் கூட பார்க்கவில்லை. மொத்தத்தில் உடனடியாகத் திருமணம் செய்து கொள்ள இருவருமே தயாராக இல்லை. ஜோகிந்தாபா முடிவெடுத்து விட்டால், அதை எளிதில் மாற்றிக் கொள்ள மாட்டார். ஆகவே திருமண பந்தத்திலிருந்து தப்பிக்க ஒரே வழி ஓடிப் போவதுதான் என்ற முடிவுக்கு இருவரும் வந்தனர்.

பயணச் செலவுக்குப் பணம் வேண்டுமே? அரண்மனையிலிருந்த இரண்டு எருதுகளை விற்றுக் காசாக்கினர். வாடகைக் கார் ஒன்றை அமர்த்திக் கொண்டு ஜோஹனஸ்பர்க் பயணிக்க உள்ளூர் ரயில் நிலையத்தை அடைந்தனர். ஆனால் இருவருக்கும் பயணச்சீட்டு கொடுக்கக் கூடாது என ஜோகிந்தாபா ஏற்கெனவே உத்தர விட்டிருந்ததால், பணியில் இருந்த ஊழியர் டிக்கெட் கொடுக்க மறுத்து விட்டார். அரக்கப் பரக்க ஓடி வந்து, மீண்டும் காரில் ஏறி அடுத்த ரயில் நிறுத்தத்தை அடைந்தனர். ஆனால் இவர்கள் எதிர் பார்த்தபடி ஜோஹனஸ்பர்க்குக்கு சீட்டு கிடைக்காததால் குவீன்ஸ்டவுன் வரை பயணிக்க முடிவு செய்தனர்.

சொந்த ஊருக்குள் பயணிப்பதற்குக் கூட வெள்ளைக்காரன் வழங்கிய கடவுச் சீட்டும், பயண உரிமமும் வேண்டும் என்னும் இழிநிலையில்தான் ஒவ்வொரு ஆப்பிரிக்கரும் இருந்தனர். கடவுச் சீட்டு என்பது, உள்ளூர்வாசி என்பதை உறுதிப்படுத்த பிறந்த ஊர், தேதி, பெயர், பெற்றோர், முகவரி ஆகிய விவரங்களைக் கொண்டதாகும். பயண உரிமத்தில், பணியாற்றும் இடம், எஜமான் / அதிகாரி பயணிக்கும் ஊருக்கு அளித்த ஒப்புதல், உள்ளிட்ட தகவல்கள் இடம் பெற்றிருக்கும்.

இந்த இரண்டு சீட்டுகளும் இல்லாமல், பயணத்தின்போது பிடிபட்டால் அபராதம் அல்லது சிறைத் தண்டனை அல்லது இரண்டும் உண்டு. ஆனால் மண்டேலாவும், ஜஸ்டிஸூம் கடவுச் சீட்டுகளை மட்டுமே வைத்திருந்தனர். அவர்களிடம் பயண உரிமம் இல்லை. கையில் பயண உரிமம் இல்லாத பட்சத்தில் குற்றவியல் நீதிபதியிடம் பெற்றுக் கொள்ளலாம் என்பதால், குவீன்ஸ்டவுனில் இறங்கி பார்த்துக் கொள்ளலாம் என்று முடிவு செய்தனர்.

அங்கே நண்பர் ஒருவரைச் சந்தித்தனர். அவருக்கு குற்றவியல் நீதிபதி நன்கு பழக்கம் என்பதால் பயண உரிமங்களை வாங்கித் தருவதாக உறுதி அளித்தார். ஆனால் அவர் கடைசி நேரத்தில் மண்டேலாவின் சொந்த ஊரான உம்டாடா குற்றவியல் நீதிபதி யிடம் கலந்தாலோசித்த பிறகு உரிமங்களை வழங்குவதாகக் கூறித் தொலைபேசியில் தொடர்பு கொண்டார்.

ஜோகிந்தாபா அனுப்பிய இருவருக்குப் பயண உரிமம் கொடுக்க இருப்பதாகக் கூறவே, மறுமுனையில் இருந்தவர், 'ஜோகிந்தாபா இங்கேதான் இருக்கிறார். பேசுங்கள்' என்று கூறித் தொலைபேசியை அவரிடம் கொடுத்தார். தனக்குத் தெரியாமல் ஜஸ்டிஸும், மண்டேலாவும் குவீன்ஸ்டவுனுக்குச் சென்றுள்ளார்கள் என்ற தெரிய வந்ததும், ஜோகிந்தாவின் கோபம் தலைக்கேறியது. அவர்கள் இருவரையும் கைது செய்ய உத்தரவிட்டார்.

குவீன்ஸ்டவுன் குற்றவியல் நீதிபதி இருவரையும் முறைத்தார். நிலைமை விபரீதமாவதை உணர்ந்த மண்டேலா தனக்கும் ஓரளவு சட்டம் தெரியும் என அதிகாரிகளிடம் சட்டம் பேசினார். 'நாங்கள் பொய் சொன்னது உண்மைதான். ஆனால் அதற்காக எங்களைக் கைது செய்ய முடியாது. மன்னர் சொல்லிவிட்டார் என்பதற்காக, குற்றம் செய்யாத எங்களைக் கைது செய்வது சாத்தியமில்லை. நாங்கள் ஊருக்குத் திரும்புகிறோம்' என்று சொல்லிவிட்டு, ஜஸ்டிஸை அழைத்துக் கொண்டு அங்கிருந்து வெளியேறினார். மண்டேலா சொன்னது சரியான செய்தி என்பதால் அதிகாரிகள் அமைதியாக இருந்தனர்.

மண்டேலாவும் ஜஸ்டிஸும் அடுத்து என்ன செய்யலாம் என்று யோசித்துக் கொண்டே வெளியேறினர். பிறகு வேறொரு நபரின் உதவியுடன் காவல் அதிகாரிகளின் கண்ணில் மண்ணைத் தூவி விட்டு, இருவரும் எப்படியோ தென்னாப்பிரிக்கத் தலைநகர் ஜோகன்னர்ஸ்பர்க் வந்து சேர்ந்தனர்.

மண்டேலாவும் ஜஸ்டிஸும் ஜோகன்ஸ்பர்க் வீதிகளில் மண்டேலா அடியெடுத்து வைத்தபோது அவர்களுக்கு இருந்த ஒரே நம்பிக்கை, தங்கச் சுரங்கங்கள்தான். சற்றேறக் குறைய அறுபது ஆண்டுகளுக்கு

முன்னர்தான் ஜோகன்ஸ்பர்க் நகரத்தில் தங்கம் இருப்பது கண்டு பிடிக்கப்பட்டது. அன்று தொடங்கி ஆப்பிரிக்கர்களுக்கு ஜோகன்ஸ்பர்க் என்றால் தங்க நகரம்தான்.

அங்கே தங்கச் சுரங்கங்கள் தோண்டப்பட்டன. ஆகவே, வேலை தேடிய ஆயிரக்கணக்கான ஆப்பிரிக்கர்கள் தினந்தோறும் ஜோகன்ஸ்பர்க் நகரில் குவியத் தொடங்கினர். அவர்களோடு சேர்ந்து மண்டேலாவும் ஜஸ்டிஸூம் ஒரு தங்கச் சுரங்க நிறுவனத் துக்குச் சென்றனர். கொஞ்சம் படித்திருந்ததால், ஜஸ்டிஸூக்கு எழுத்தர் வேலை. கணிசமான சம்பளம்.

ஆனால் மண்டேலாவுக்கு வேலை கொடுக்க மறுத்து விட்டார்கள். பிறகு கெஞ்சிக் கூத்தாடி, தங்கச் சுரங்கத்தில் வேலை வாங்கி விட்டார். மேற்பார்வையாளர் வேலை. தங்கச் சுரங்கத்தில் வேலை பார்க்கும் கருப்பின ஊழியர்கள் தங்கும் விடுதியைக் கண்காணிக்கும் பொறுப்பை மண்டேலாவிடம் கொடுத்தனர். ஜஸ்டிஸின் வேலையைக் காட்டிலும் அந்தஸ்து குறைவான வேலைதான். சம்பளமும் ஜஸ்டிஸ் வாங்கியதைவிடக் குறைவுதான். ஆனாலும் அதை இருவருமே பெரிதாக எடுத்துக் கொள்ளவில்லை. காரணம், கிடைத்த பணத்தை இருவருமே பரஸ்பரத் தேவைகளுக்காகப் பயன்படுத்திக் கொண்டனர்.

பிரம்மாண்ட சுவர்களுக்கு உள்ளே இருக்கும் கருப்பின ஊழியர்கள் ஒழுங்காக நடந்து கொள்கிறார்களா என்று ஒரு கையில் ஊதலுடனும், மறு கையில் தடியுடனும், கண்காணிக்கும் வேலை அது. ஆனால் அங்கு கண்ட காட்சிகள் மண்டேலாவை அதிர்ச்சியில் உறைய வைத்தன. அங்கு வேலை பார்க்கும் ஊழியர்கள் மனிதர்களாகவே நடத்தப்படவில்லை. நாய்களை விடக் கேவலமான அடிமைகளாக நடத்தப்பட்டனர். அதைப் பார்த்து மண்டேலா ரத்தக் கண்ணீர் வடித்தார்.

ஊழியர்கள் குடும்பத்தினருடன் தங்குவதற்கு அனுமதி இல்லை. வீட்டின் பின்புறம் தொழுவத்தில் அடைக்கப்படும் ஆடுமாடுகளைப் போல் அவர்கள் தங்க வைக்கப்பட்டனர். சிறையில் கைதிகளுக்கு வழங்கப்படுவது போன்ற உணவு. அவ்வளவுதான். போதுமா

போதாதா, பிடிக்குமா பிடிக்காதா என்ற கேள்விக்கெல்லாம் அங்கே இடமில்லை.

நோய் நொடி வந்தால்கூட உரிய சிகிச்சைகள் கிடையாது, விடுமுறை கிடையாது. எதைப் பற்றியும் எவரும் கேள்வி கேட்பதற்கு உரிமையில்லை. மீறினால், அடி உதைதான். 'கோட்டைக்குள் நுழைந்தால் திரும்பாது, கோர்ட்டுக்குப் போனால் ஜெயிக்காது' என்பதுபோல, இங்கு வேலைக்குச் சேர்ந்து விட்டால் பின்பு குடும்பம், உறவு உள்ளிட்ட அனைத்தையும் மறந்துவிட வேண்டியதுதான். அங்கிருந்து உயிருடன் மீண்டு வருவது என்பது ஆயுள் காலத்தில் சாத்தியமில்லாத ஒன்று. அப்படியே தப்பிக்க முயற்சி செய்து மாட்டிக் கொண்டால், ஆயுளுக்கும் சிறைவாசம்தான்.

'தங்கச் சுரங்கங்கள் தகதகவென மினுமினுக்கின்றன. ஆனால் அதில் வேலை செய்வோரின் வாழ்க்கைத் தரம், தகரம் போல் தாழ்ந்து இருண்டுள்ளது' என்பதை மண்டேலா விரைவில் உணர்ந்து கொண்டார். குறிப்பாக, கருப்பினத் தொழிலாளர்கள் நகருக்கு வெளியே புறநகர்ச் சேரிப் பகுதிகளில் தங்குவதற்கே அனுமதிக்கப் பட்டனர். தீப்பெட்டிகள் வரிசையாக அடுக்கி வைக்கப்பட்டது போன்று சின்னஞ்சிறிய கூரை வீடுகளே அவர்கள் குடியிருக்கும் கூடுகள்.

ஒரே அறையில் ஏழு முதல் பத்து நபர்கள் வரை இடித்துக் கொண்டும், முடங்கிக் கொண்டும் படுக்க வேண்டும். தண்ணீர், மின்சாரம், கழிவறை என எந்த வசதிகளும் கிடையாது. இன்றைக்கு உயிரியல் பூங்காவில் விலங்குகள் கூட விசாலமான, காற்றோட்ட முள்ள இடத்தில் சகல சுகாதார வசதிகளுடன் அடைக்கப் பட்டுள்ளன. ஆனால் விலங்குகளை விடக் கேவலமான முறையில், நடத்தப்பட்ட தன் இன மக்களைக் கண்டு மண்டேலா மனம் வெதும்பினார்.

வியாதிகளுக்கு மருத்துவ சிகிச்சைகூட அளிக்காமல், வேலை செய்யச் சொல்லி மிரட்டப்பட்டனர். வெந்ததைத் தின்றுவிட்டு, விதி வந்தால் சாக வேண்டும் என்பதுதான் கருப்பின மக்களுக்கான எழுதப்படாத சட்டமாக இருந்தது. மண்டேலாவும் கருப்பர்

என்பதால் அவருக்கும் குறைந்த அளவு கூலிதான் தரப்பட்டது. கிடைத்த கூலியில் தங்கும் இடத்துக்கான வாடகை, உணவு ஆகிய வற்றைச் சமாளிக்க, மண்டேலாவும் திணறினார்.

ஒருநாள் பணிகள் முடிந்ததும், மண்டேலாவும் ஜஸ்டிஸூம் நண்பர்களுடன் அளவளாவிக் கொண்டிருந்தனர். அப்போது பேச்சு வாக்கில், தாங்கள் யார் என்பதையும், மன்னர் ஜோகிந்தாபாவிற்குத் தெரியாமல் வீட்டை விட்டு ஓடிவந்து, வேலைக்குச் சேர்ந்த கதையையும் சொல்லி விட்டனர். அது அவர்களுடைய போதாத நேரம் போல. விஷயம் சுரங்க நிர்வாகத்துக்குச் சென்றுவிட்டது. மன்னர் வீட்டுப் பிள்ளைகளைச் சுரங்க வேலை செய்யச் சொன்னால் பிரச்சனை வருமென பயந்து, அவர்கள் இருவரையும் உடனடியாக பணியிலிருந்து விடுவித்து விட்டனர். ஒரே சமயத்தில் மண்டேலா வும், ஜஸ்டிஸூம் வேலையிழந்து நின்றனர். இனி என்ன செய்வது?

ஜோகிந்தாபாவை விட்டுப் பிரிந்து மண்டேலாவும், ஜஸ்டிஸூம் ஜோஹனஸ்பர்க் வந்து நீண்ட காலமாகி விட்டது. *1941* இறுதியில் ஜோகிந்தாபா ஜோஹனஸ்பர்க் வந்திருப்பதாகவும் தங்களைச் சந்திக்க விரும்புவதாகவும் மண்டேலாவிற்கும், ஜஸ்டிஸூக்கும் தகவல் வந்தது. தந்தையை இழந்து, தாயும் பிரிந்த நிலையில், தாயாகவும், தந்தையாகவும் தன்னை வளர்த்து, படிக்க வைத்து ஆளாக்கிய ஜோகிந்தாபாவை விட்டு விலகி வந்தது, அவர் மனதை நெருடவே செய்தது. கட்டாயத் திருமணம் செய்து வைக்க முயன்றார் என்ற ஒரே காரணியைத் தவிர, வேறெந்த மனஸ்தாபமும் இல்லை.

எனவே ஜோகிந்தாபா தன்னைச் சந்திக்க ஜோஹனஸ்பர்க் வந்துள்ளார் எனற செய்தி கிடைத்தவுடன் மனதில் எதையும் வைத்துக் கொள்ளாமல் அவரைச் சந்திக்க ஆயத்தமானார் மண்டேலா. இருவரும் விட்வாட்டர்ஸ்ட்ராண்ட் என்ன இடத்தில் சந்தித்துக் கொண்டனர். பழைய விஷயங்களைக் கிளறாமல் தன்னைப் பற்றியும், திட்டங்கள் குறித்தும் விசாரித்ததில் நிம்மதிப் பெருமூச்சு விட்டார். கடைசிக் காலத்தில் ஜஸ்டிஸ் தன்னுடன் இருக்க வேண்டுமென்றும் விரும்புவதாகக் கண்கலங்கத் தெரிவித்த போது மண்டேலா கொஞ்சம் ஆடித்தான் போனார். மகனுடன்

வாழத் தந்தை ஆசைப்படுவதில் தவறென்ன இருக்க முடியும்? நியாயம்தானே!

அப்பாவுடன் செல்லுமாறு ஜஸ்டிஸிடம் சொல்லிப் பார்த்தார். பெத்த மனம் கல்லு, பிள்ளை மனம் கல்லு என்பதைப் போல் ஜோகிந்தாபாவுடன் இருக்க ஜஸ்டிஸ் ஏனோ மறுத்துவிட்டார். சரியாக ஆறு மாதங்களுக்குப் பிறகு ஜோகிந்தாபாவின் மரணச் செய்தி பத்திரிக்கையில் வெளியானதைப் பார்த்து இருவருமே கதறி அழுதனர். ஆனால் ஊர் போய்ச் சேர்வதற்குள் எல்லாக் காரியமும் முடிந்து விட்டிருந்தது. அப்பாவின் முகத்தைக் கூட கடைசி தடவை யாகப் பார்க்க முடியவில்லையே என்று ஜஸ்டிஸ் முதல் முறையாக கண்ணீர் வடித்தார். மன்டேலாவும்தான்.

இறுதிச் சடங்குகள் முடிந்த பிறகு ஜோஹனஸ்பர்க் திரும்ப மண்டேலா தயாரானார். தன்னுடன் கிளம்ப ஜஸ்டிஸையும் அழைத்தார். ஆனால் ஏனோ ஜோஹனஸ்பர்க் திரும்ப ஜஸ்டிஸ் அதிக ஆர்வம் காட்டவில்லை. அரண்மனையிலேயே தங்கி அப்பா விட்டுச் சென்ற பணிகளைத் தொடரப் போவதாகக் கூறினார்.

❒

4

வால்டர் சிசுலு
(Walter Sisulu)

ஒரே இரவில் வேலை இழந்து நடுத்தெருவில் நிற்போம் என்று மண்டேலாவும் ஜஸ்டிஸும் கனவிலும் நினைக்கவில்லை. ஆனால் நடந்து விட்டது. வேறு வேலை தேடுவதைத் தவிர வேறு வழியில்லை என்ற நிலை. அப்போது ஜஸ்டிஸுக்கு ஒருவர் நேசக்கரம் நீட்டினார். 'நான் உங்களுக்கு வேலை வாங்கித் தருகிறேன். என்னுடன் வாருங்கள்' என்றார்.

மகிழ்ச்சியாக இருந்தது ஜஸ்டிஸுக்கு.

'மிக்க மகிழ்ச்சி. இவன் என்னுடைய நண்பன் மண்டேலா. இவனுக்கும் ஒரு வேலை வாங்கிக் கொடுத்துவிடுங்கள். நாங்கள் இருவரும் உங்களுடனேயே வந்துவிடுகிறோம்.'

ஆனால் அந்த நண்பர் உதட்டைப் பிதுக்கினார். 'உங்களுக்கு மட்டும்தான் உதவி செய்ய முடியும். மன்னிக்கவும்'.

சோர்ந்து போன ஜஸ்டிஸைத் தேற்றி, அந்த நண்பருடன் அனுப்ப வேண்டிய வேலையை எடுத்துக் கொண்டார் மண்டேலா. கனத்த இதயத்துடன் மண்டேலாவிடம் இருந்து விடைபெற்றார் ஜஸ்டிஸ்.

வேலையையும் இழந்து, உற்ற தோழனான கூட இருந்த நண்பனையும் பிரிந்து, நிர்க்கதியாக நின்ற மண்டேலாவைத் தட்டி எழுப்பினார் கார்லிக் பெக்கினி என்ற நபர். சில மாதங்களுக்கு முன்னால் மண்டேலாவுக்கு அறிமுகமானவர். மண்டேலாவின் நிலைமையைப் புரிந்து கொண்டு, 'நான் உங்களுக்கு வேலை வாங்கித் தருகிறேன்' என்றார். சிறிய நம்பிக்கைக் கீற்று தென்பட்டது போல இருந்தது மண்டேலாவுக்கு. அவருடன் புறப்பட்டார்.

அப்போது மண்டேலாவின் மனத்தில் இரண்டு இலக்குகள் இருந்தன. ஒன்று, ஏதேனும் ஒரு வழக்கறிஞரிடம் உதவியாளராகச் சேர்வது. இரண்டு, பாதியில் நின்றுபோன சட்டப்படிப்பை மீண்டும் தொடர்வது. இந்த இரண்டையும் சாத்தியப்படுத்தும் வகையில் நல்லதொரு வேலையை ஏற்படுத்தித் தரவேண்டும் என்று பெக்கினியிடம் கோரினார் மண்டேலா.

'அந்த இரண்டையும் என்னால் செய்து தர முடியாது. ஆனால் அதைச் சாதிக்கக்கூடிய ஒருவரை உங்களுக்கு அறிமுகம் செய்து வைக்க என்னால் முடியும்' என்றார் பெக்கினி. அதைக் கேட்டதும் மண்டேலாவுக்கு மட்டற்ற மகிழ்ச்சி.

சொன்னபடியே வால்டர் சிசுலு என்பவரைச் சந்திக்க மண்டேலாவை அழைத்துச் சென்றார் பெக்கினி. சந்திப்புக்கு முன் சிசுலுவைப் பற்றி சில செய்திகளைச் சொல்லியிருந்தார் பெக்கினி.

சிசுலுவின் தந்தை வெள்ளைக்காரர். தாயார் கருப்பினத்தவர். தாயாரின் நிறம் மற்றும் முகச் சாயல் கொண்டவர் சிசுலு. வெள்ளைக்கார தந்தையால் கைவிடப்பட்ட நிலையில் சிசுலு, தனது தாயாரின் பராமரிப்பில்தான் வளர்ந்திருக்கிறார். சுரங்கம், தொழிற் சாலை, பேக்கரி என எந்த வேலை கொடுத்தாலும் சிசுலு சளைக்காமல் செய்திருக்கிறார். ஆனால் அவருக்கு இருந்த ஒரே பிரச்சனை, எதையும் அதிரடியாகச் செய்வது. எங்கு தவறு நடந்தாலும், அதுவும் குறிப்பாக, கருப்பர்களுக்கு எதிரான எந்த தவறு நடந்தாலும் அதைத் தட்டிக் கேட்டு விடுவார். அந்தப் போராட்ட குணம் மற்றவர்களுக்குப் பயன்பட்டது. ஆனால் சிசுலுவுக்கோ எதிரியாகி விட்டது.

அதன் காரணமாக, அவரால் ஒரு வேலையில் கூட ஒழுங்காக நீடிக்க முடியவில்லை. அலுவலகத்தில் மட்டும்தான் என்றில்லை. பொது இடங்களிலும் யாராவது கருப்பர்களை அவமானப்படுத்த முயன்றால், அங்கும் கடல் போல் பொங்கி எழுந்துவிடுவார் சிசுலு.

ஒரு முறை ஜோகன்ஸ்பர்க் ரயில் நிலையத்தில் வெள்ளைக்கார டிக்கெட் பரிசோதகர் ஒருவர் தனது அதிகார மமதையில் கருப்பினப் பயணி ஒருவரை அவமானப்படுத்திக் கொண்டிருந்தார். அதைப் பார்த்து விட்டார் சிசுலு. புயல் போலச் சீறி எழுந்து, அந்த வெள்ளைக்கார டிக்கெட் பரிசோதகரை அடித்துப் புரட்டி எடுத்து விட்டார். வெள்ளைக்கார அதிகாரியைத் தாக்கிய அவரை வெறுமனே விட்டுவிட்டுப் போய் விடுவார்களா வெள்ளைக்காரர்கள். அரசு ஊழியரைத் தாக்கி, வேலை செய்ய விடாமல் தடுத்த குற்றத்துக்காக சிசுலுவைச் சிறையில் தள்ளினர். பூட்ஸ் காலால் உதைத்தும், லத்தியால் அடித்தும் கோபத்தைத் தணித்துக் கொண்டனர்.

சிறையில் இருந்து மீண்ட சிசுலு, இனி வெளியில் வேலைக்குச் செல்வதில்லை என்று முடிவு செய்தார். அதற்கு இரண்டு காரணங்கள் இருந்தன. முதலாவது, சிறையில் இருந்தவர் என்பதால் அவருக்கு வேலை கொடுக்கப் பலரும் தயங்கினார்கள். அடுத்தது, அவரிடமிருந்த போராட்டக் குணம். அநியாயத்தையும், அக்கிரமத்தையும் பார்த்துக் கொண்டு அவரால் சும்மா இருக்க முடியவில்லை. தட்டிக் கேட்டால் வேலையை விட்டு நீக்கி விடுகிறார்கள். எனவே யாரிடமும் வேலைக்குச் சேராமல், சொந்தமாக வியாபாரத்தில் ஈடுபடுவது என்ற முடிவுக்கு வந்தார்.

ஜோகன்ஸ்பர்க் நகரில் ரியல் எஸ்டேட் ஏஜென்சி ஒன்றைத் தொடங்கினார் சிசுலு. அதன் வழியாக, கருப்பர்கள் வீடு, நிலம் வாங்கவும், விற்கவும் உதவி செய்தார். அந்தத் தொழிலில் கணிசமான அளவுக்குப் பணம் கிடைத்தது. இத்தகையச் சூழலில்தான் மண்டேலாவை அழைத்துக் கொண்டு சிசுலுவைப் பார்க்க வந்திருந்தார் பெக்கினி. இப்போது சிசுலு வெறும் தொழிலதிபர் மட்டுமல்ல, உள்ளூரில் செல்வாக்கு மிக்க நபராகவும் இருந்தார். மண்டேலாவின் விருப்பத்தையும், நிலைமையையும் சொன்னதும், தனக்குத் தெரிந்த

நிறுவனம் ஒன்றில் வேலைக்குச் சேர்த்து விடுவதாக வாக்குறுதி கொடுத்தார். இருவரும் நன்கு பழகும் வாய்ப்பு கிடைத்தது.

முதலில் அனுபவ ரீதியாகச் சட்ட நுணுக்கங்களைத் தெரிந்து கொள்ள வழக்கறிஞர் அலுவலகம் ஒன்றில் மண்டேலா குமாஸ்தா வேலைக்குச் சேர நினைத்தார். எனவே, அவரை ஒரு வெள்ளைக்கார வழக்கறிஞரிடம் கொண்டு போய் சேர்த்து விட்டார் சிசுலு. ஒரு சில வெள்ளைக்காரர்கள் கருப்பினத்தவர்களை குமாஸ்தாக்களாக வேலைக்கு அமர்த்திக் கொள்வதுண்டு. அப்படிப்பட்ட வெள்ளைக் காரர் ஒருவரிடம் மண்டேலா சந்தோஷமாக வேலைக்குச் சேர்ந்தார். அலெக்சாண்டிரியாவில் சிறிய வீட்டில் வாடைக்கு தங்கினார். வறுமை, சுற்றுச்சூழல் மாசு, என பல்வேறு துன்பங் களுக்கு இடையே வாழ்க்கையை ஓட்டினார். 1942-ல் பி.ஏ. பட்டம் பெற்றவுடன் சட்டம் படிக்க மீண்டும் ஜோகனஸ்பெர்க் திரும்பினார்.

ஃபோர்ட் ஹேர் (Fort Hare) கல்லூரியில் மண்டேலாவுடன் படித்தவர் ஆலிவர் டாம்போ (Oliver Tambo). படிப்பு முடித்தவுடன் பிழைப்பு தேடி ஜோகன்ஸ்பர்க் வந்த டாம்போ, தனது படிப்புக்கு ஏற்ற கணித ஆசிரியர் வேலையைத் தேடினார். வேலை கிடைத்தது. ஆனால் ஏனோ அவருக்கு அந்த வேலையின் மீது பிடிப்பு குறைந்தது. சட்டம் படித்து வழக்கறிஞராக வேண்டும் என்று விரும்பினார். அவர் விருப்பப்படியே வழக்கறிஞர் பட்டமும் பெற்றார்.

ஆலிவர் டாம்போவும், மண்டேலாவும் இணைந்து ஜோகன்ஸ்பர்க்கில் அலுவலகம் ஒன்றைத் தொடங்கினர். தென் ஆப்பிரிக்க வரலாற்றி லேயே கருப்பு இன மக்களின் முதல் வழக்கறிஞர் அலுவலகம் இது தான். மாணவப் பருவம் தொடங்கி இருவரும் ஒன்றாகப் பழகி வந்ததால், பழைய நினைவுகளை அசை போட்டவாறே ஒன்றாக வேலை பார்த்தனர். ஓய்வுப் பொழுதுகளை ஜாஸ் இசை கேட்பது, ஹோட்டல் சாப்பாடு, அரசியல் விமர்சனம் செய்வது என்று உற்சாகமாகக் கழித்தனர்.

கருப்பின வழக்கறிஞர்கள் என்பதால் இருவருக்கும் வாடிக்கை யாளர்கள் சேர்ந்ததில் ஆச்சரியம் ஏதுமில்லை. வாடிக்கையாளர் களைத் தேடிப் போக வேண்டிய அவசியமே இல்லாமல் இவர்

களைத் தேடி வீட்டு வாசலிலும் அலுவலகத்திலும் நீதிமன்ற வளாகத் திலும் கூட்டம் கூட்டமாகக் காத்திருந்தனர். சில்லறைக் குற்றங்கள் முதல் கிரிமினல் குற்றங்கள் வரையிலான பல வழக்குகள் அவர் களிடம் வந்து குவிந்தன.

கருப்பினத்தவர் சட்டம் படிக்க அனுமதிக்கப்பட்டாலும், நகர எல்லைக்குள் அலுவலகம் திறப்பதற்கு தென் ஆப்பிரிக்க வெள்ளையர் அரசு பல கெடுபிடிகளை விதித்தது. நகர எல்லைக்குள் அலுவலகம் திறக்க சிறப்பு அனுமதி பெற வேண்டும். அதற்கு முறைப்படி விண்ணப்பிக்க வேண்டும். ஆனாலும் வெள்ளையர் அரசு அனுமதி வழங்காது என்பதுதான் நடைமுறை உண்மை. எனவே, மண்டேலா வும், ஆலிவர் டாம்போவும் ஜோகன்ஸ்பர்க் நகரத்துக்கு வெளியே அலுவலகம் திறக்க வேண்டிய கட்டாயத்துக்கு உள்ளானார்கள்.

பாதிக்கப்பட்ட கருப்பின மக்கள், ஒவ்வொரு நாளும் புதுப்புது வழக்குகளாகக் கொண்டு வந்தனர். அவற்றைப் படித்துப் பார்த்த பிறகுதான் கருப்பின மக்கள் எத்தகைய இன்னல்களுக்கெல்லாம் உள்ளானார்கள் என்பது மண்டேலாவுக்குப் புரிந்தது. வெள்ளையர் களும், கருப்பர்களும் ஒரே மாதிரியான குற்றங்களைச் செய்த நிலையில், கருப்பர்களுக்கான தண்டனைகள் மட்டும் கடுமையாக இருந்தன. அப்போதுதான் வெள்ளையர்களையும் கருப்பர்களையும் இன ரீதியாகப் பிரிக்கும் வகையில், தனித்தனியாகச் சட்டம் வகுத்திருந்த கொடுமை அவருக்குத் தெரிய வந்தது. ஒவ்வொரு வழக்கும், கருப்பின மக்களின் மீதான வெவ்வேறு வகையான அக்கிரமத்தையும் வக்கிரத்தையுமே வெளிப்படுத்தின.

இரண்டாம் உலகப்போர் நடந்துகொண்டிருந்த சமயம் என்பதால் இங்கிலாந்து தனது கட்டுப்பாட்டில் இருந்து நாட்டு மக்களை போரில் பங்கேற்க நிர்பந்தப்படுத்தியது. அந்த வகையில் தென்னாப்பிரிக்காவையும் போரில் குதிக்க வலியுறுத்தியது. அதற்கு மக்கள் மத்தியில் ஆதரவும் எதிர்ப்பும் கலவையாக வந்தன. குறிப்பாக, சிசுலுக்குப் போரில் தென்னாப்பிரிக்க இறங்க வேண்டும் என்ற கருத்தில் உடன்பாடில்லை.

'நம்மை அடிமைகளாக நினைக்கும் இங்கிலாந்துக்காக நாம் ஏன் போராடி உயிரிழக்க வேண்டும்' என்பதுதான் சிசுலுவின் வாதம். தனது வாதத்துக்கு வலுவூட்ட அவர் சில காரணங்களை முன் வைத்தார். 'போரில் ஈடுபடும் கருப்பர்களுக்குத் துப்பாக்கிகளைத் தர மாட்டார்கள். அடிப்பட்டவர்களை தூக்கிச் செல்வதற்கும், வெள்ளைக்கார ராணுவ அதிகாரிகளின் ஏவல் பணிகளைச் செய்வ தற்கும்தான் பயன்படுத்துவார்கள். பச்சையாகச் சொல்ல வேண்டும் என்றால் கருப்பர்கள் எல்லாம் வேலைக்காரர்களாகவும் எடுபிடி களாகவும்தான் பயன்படுத்தப்படுவார்கள். எனவே ஆப்பிரிக்கர்கள் இரண்டாம் உலகப் போரில் இங்கிலாந்துக்கு ஆதரவாகக் களம் இறங்கக்கூடாது' என்றார்.

ஆனால் பெரும்பான்மை கருப்பின ஆப்பிரிக்கர்கள் போரில் கலந்து கொள்ள வேண்டும் என்ற எண்ணத்திலேயே இருந்தனர். இங்கிலாந்துக்கு ஆதரவாகப் போரில் ஈடுபட்டால் நமது விசுவாசத் துக்கு நன்றி செய்யும் விதமாக நமக்கு சுதந்திரம் தருவார்கள் என்பது அவர்களுடைய நம்பிக்கை. அந்த வகையில் ஆயிரக் கணக்கான கருப்பினத்தவர்கள் ராணுவத்தில் சேர்ந்து இங்கிலாந்துக்கு ஆதர வாக இரண்டாம் உலகப் போரில் களம் இறங்கினர்.

முதல் திருமணம்

சிசுலுவின் வீடு உறவினர்கள், நண்பர்கள் என எப்போதும் சந்தோஷ மாகவும், குதூகலமாகவும் இருக்கும். விருந்தினர்கள் அடிக்கடி வந்து சென்று கொண்டிருந்தனர். அவர்களில் இவெலின் டோகோ மேசே (Evelyn Ntoko Mase) என்ற பெண்ணும் ஒருவர். இவர் சிசுலுவின் உறவினரும் கூட. மண்டேலா சட்டப் படிப்புக்காக ஜோகன்ஸ்பர்க் வந்து சேர்ந்த அதே வேளையில்தான், இந்தப் பெண்ணும் செவிலியர் பணிக்காக ஜோகன்ஸ்பர்க் வந்து சேர்ந்தார். இருவரின் எண்ணங் களும் கருத்துகளும் ஒன்றாக இருந்ததால், உள்ளத்தாலும் ஒன்றாக இணைந்தனர். 1944-ல் இருவரும் திருமணம் செய்து கொண்டனர். ஆணும், பெண்ணுமாக, இரு குழந்தைகள் பிறந்தன. அதே ஆண்டு மண்டேலா ஆப்பிரிக்க தேசிய காங்கிரஸ் கட்சியில் உறுப்பினராகச் சேர்ந்தார்.

மண்டேலாவுக்கு வழக்கறிஞர் தொழிலுடன், ஆப்பிரிக்க தேசிய காங்கிரஸ் உறுப்பினர் என்ற வகையில் அரசியல் பணிகளும் நாளுக்கு நாள் அதிகரிக்கத் தொடங்கியது. தொடக்கத்தில் வழக்கறிஞர் பணி மற்றும் அரசியல் பணி என்ற இரண்டுக்கும் சம நேரம் ஒதுக்கிய நிலை மாறி, அரசியலுக்கு அதிகம் நேரம் ஒதுக்க வேண்டிய கட்டாயம் உருவானது. கருப்பின மக்களுக்கு எதிரான வெள்ளையரின் ஆதிக்க வெறி நாளுக்கு நாள் அதிகரிக்கவே மண்டேலாவின் பணியும் அதிகரிக்கத் தொடங்கியது.

நாளடைவில் வீடு, வாசல், வழக்கறிஞர் தொழில் என அனைத்தையும் மறந்து, முழுநேர அரசியல்வாதியாக மாறிய மண்டேலா, ஆப்பிரிக்க தேசிய காங்கிரசில் முக்கிய சக்தியாக உருவெடுத்தார். திருமணம் செய்து கொண்ட அதே ஆண்டில் அரசியலிலும் நுழைந்திருந்தார் மண்டேலா. என்றாலும், இரண்டு விஷயங்களையும் இரு கண்களாகப் பாவித்துச் செயல்படத் தொடங்கினார். ஆனால் நாளடைவில் வக்கீல் தொழிலைக் காட்டிலும் அரசியல் பணியே அவரை அதிகம் ஈர்த்தது.

◻

5
அரசியல் அழைக்கிறது

படித்துப் பட்டதாரியாக வேண்டும் என்ற மண்டேலாவின் ஆசை 1942 இல் நிறைவேறியது. ஆனால் ஆசைப்பட்ட காலத்துக்கும் நிறைவேறிய காலத்துக்கும் இடையே எவ்வளவோ விஷயங்கள் நடந்து முடிந்திருந்தன. ஏட்டுச் சுரைக்காய் கறிக்கு உதவாது என்பதை இப்போது உணர்ந்திருந்தார்.

"கல்வி அவசியம்தான். ஆனால் கல்வி மூலம் மாற்றம் நிகழ்வதற்கு நீண்ட நெடுங்காலமாகும். ஆப்பிரிக்கா ஏழை நாடு. முழுமையான கல்வியை உடனடியாகப் பெறத் தேவையான சக்தி நம்மிடம் இல்லை. அந்தச் சக்தி ஆப்பிரிக்க தேசியக் காங்கிரஸின் வசமுள்ளது. அங்கு கல்வி கற்றுக் கொடுக்கப்படுவதில்லை. கற்றுக் கொண்ட கல்வியை எப்படி வெளிப்படுத்துவது என்று சொல்லிக் கொடுக்கிறார்கள். மாற்றம் நிகழ புரட்சிதான் ஒரே வழி. அந்த புரட்சி விரைவில் வரும். அந்த நாள் வெகு தூரமில்லை" என்று ககோர் ரடேபி (GAGAUR RADEBE) சொன்னது நினைவுக்கு வந்தது.

மண்டேலா எழுத்தராகப் பணியாற்றும் சிடெல்ஸ்கி அண்ட் ஈஸ்ட்மென் நிறுவனத்தில் அவருடன் வேலை பார்ப்பவர் ககோர்.

படித்துப் பட்டம் பெற்றுத் தெரிந்து கொண்ட விஷயங்களை விட பட்டப் படிப்பு பெறாமல் அனுபவ ரீதியாக சுகோர் அறிந்து கொண்டவை அதிகம் என்பது சுகோர் பற்றி மண்டேலாவின் கணிப்பு.

ஆப்பிரிக்க தேசிய காங்கிரஸ் கூட்டங்களுக்கு கோருடன் அடிக்கடி செல்ல ஆரம்பித்தார் மண்டேலா. கருப்பின மக்களைப் பாதிக்கும் சட்டங்கள், விதிகள், பாகுபாடுகள், தனி குடியிருப்புகள், தனி இருக்கைகள், தனிக் கட்டணங்கள் ஆகியவற்றைப் பற்றி விவாதித்தார்கள். 'உரிமைகளைக் கேட்டுப் பெற முடியாது. புரட்சி செய். போராடு. அப்போதுதான் கிடைக்கும்' என்னும் தாரக மந்திரங்கள் மண்டேலாவின் காதுகளில் ரீங்காரமிட்டுக் கொண்டிருந்தன.

ஆகஸ்ட் *1943* இல் அலெக்ஸாண்டிரியாவில் பேருந்துக் கட்டணங்கள் உயர்த்தப்பட்ட போது ஆப்பிரிக்க தேசிய காங்கிரஸ் மாபெரும் புறக்கணிப்புப் போராட்டத்தில் இறங்கியது. ஒவ்வொரு இடத்திலும் நடைபெற்ற கூட்டங்களிலும், பிரசாரங்களிலும் ஆயிரக் கணக்கில் மக்கள் திரண்டனர். தலைவர்களில் ஒருவராக சுகோர் இருந்தார். அந்தப் போராட்டத்தில் மண்டேலாவும் கலந்து கொண்டார். அது மக்கள் பிரச்சனை என்பது ஒரு காரணம் என்றாலும் இன்னொரு காரணமும் பின்னணியில் இருந்தது.

ஆரம்பத்தில் மண்டேலா நம்பிக்கை இல்லாமல்தான் போராட்டத்தில் இறங்கினார். புறக்கணிப்பு, போராட்டம், வேலை நிறுத்தம் ஆகியவற்றின் மூலம் அரசாங்கத்தைப் பணிய வைக்க முடியுமா என்ற சந்தேகம் அவருக்கு இருந்த்து. ஆனால் அவரது சந்தேகத்துக்கு விடையாக பேருந்துக் கட்டணத்தைக் குறைப்பதாக அரசு அறிவித்த போது அதிகார பலத்தின் முன் மக்கள் போராட்டம் என்றேனும் ஒரு நாள் நிச்சயம் எடுபடும் என்ற நம்பிக்கை துளிர்க்கத் தொடங்கியது.

'பிஏ பட்டம் பெற்ற பிறகாவது உனக்கு எழுத்தர் பதவியிலிருந்து சட்ட உதவியாளராகப் பதவி உயர்வு அளித்திருக்க வேண்டும். ஆனால் என்னதான் நிற, இன பேதமில்லை என்று வியாக்கியானம் பேசினாலும் நம்மைப் போன்ற கருப்பினத்தவர்களுக்குப் பதவி

உயர்வளிக்க நிறுவனத்துக்கு மனம் வராது. மேலும், என்னுடன் சேர்ந்திருக்கும் வரை உனக்கு பதவி உயர்வு என்பது கனவுதான். ஆகவே நான் வேலை ராஜினாமா செய்துவிட்டு முழு நேர அரசியலில் ஈடுபடப் போகிறேன்' என்றார் சுகோர்.

சுகோர் சொன்னதுபோல் அவர் வேலை விட்டு விலகியவுடன், மண்டேலாவுக்கு சட்ட உதவியாளர் பதவி கிடைத்தது. எல்எல்பி மட்டும் முடித்து விட்டால் இனி நானே நேரடியாக நீதிமன்றத்தில் வழக்கறிஞராக வாதிடலாம் என்ற முடிவுடன் பிராம்ஃபாண்டீன் என்ற இடத்தில் அமைந்திருந்த விட்வாட்டர்ஸ்ட்ராண்ட் பல்கலைக்கழகத்தில் (University of the Witwaterstrand) பகுதி நேர எல்எல்பி (LLB) பட்டப் படிப்பில் சேர்ந்தார்.

உடன் படிக்கும் அனைவரும் வெள்ளையர்கள். மண்டேலா மட்டுமே கருப்பினத்தவர். சட்டம் எல்லோருக்கும் சமம் என்று தானே போதிக்கிறது. ஆகவே சட்ட வகுப்பிலும் அனைவரும் சமமாகவே மதிக்கப்படுவார்கள் என்று நினைத்தார் மண்டேலா. அதன்படி ஒரு வெள்ளைக்கார மாணவன் அருகே அமர்ந்தார். அவ்வளவுதான். விருட்டென்று எழுந்த அம்மாணவன் அருவெறுப் பான எதையோ பார்த்ததுபோல் முகத்தைத் திருப்பிக் கொண்டு வேறு இடத்தில் அமர்ந்தான்.

வகுப்பு எடுத்த வெள்ளைக்காரப் பேராசிரியரோ இன்னும் மோசம். சட்டப் படிப்பு கருப்பின மக்களுக்கு ஒவ்வாத விஷயம். ஆசை இருந்தால் மட்டும் போதுமா, அதற்கான தகுதி வேண்டாமா என்று கேவலப்படுத்தினார். உடன் படித்த சில இந்திய மாணவர்களின் ஆதரவு அவருக்கு ஆறுதல் அளித்தது. அதுவரை சமூகம், இனம் குறித்த பெரிய புரிதலின்றி இருந்த மண்டேலாவுக்கு மேற்கண்ட நிகழ்வுகள் சிந்தனையைக் கிளறின.

'கருப்பினம் அடிமை வாழ்க்கை வாழ்ந்து கொண்டிருக்கிறது. ஆப்பிரிக்காவின் சுதந்திரம் பறிக்கப்பட்டு வெள்ளையனிடம் அடங்கிக் கிடக்கிறது. சொந்த நாட்டிலேயே கடவுச்சீட்டுடன் அந்நியனாக உலவிக் கொண்டிருக்கிறோம். சுயமரியாதை, தன்மானம் இழந்து நடை பிணமாக வாழ்வதை விட துணிச்சலுடன

வெள்ளைக்கார அதிகாரத்தை எதிர்த்துப் போராடுவதே அரசியல் என்றால் அந்த அரசியலில் நான் ஏன் ஈடுபடக் கூடாது? என் இன மக்கள் மற்றும் நாட்டு விடுதலைக்காக நான் ஏன் போராடக் கூடாது?' இந்த எண்ணங்களே அவரை முழுமையான அரசியல் வாதியாக வழிவகுத்தன.

1910 -ஆம் ஆண்டு ஆங்கிலேய ஆட்சிக்கு உட்பட்ட காலனி யாகத் தென் ஆப்பிரிக்கா அங்கீகரிக்கப்பட்டது. கருப்பின மக்களும் அவர்களுடைய தலைவர்களும் பழங்குடி இனத்தவர், குமாஸ்தாக்கள், அரசியல்வாதிகள், வணிகர்கள், வழக்கறிஞர்கள் என வெவ்வேறு பிரிவுகளைச் சார்ந்தவர்களாக இருந்தனர். வெவ்வேறு மொழி களைப் பேசுபவர்களாகவும் இருந்தார்கள். இருப்பினும் அனை வருக்கும் பொதுவாக ஒரு அம்சம் இருந்தது. ஆம். அவர்கள் அனைவருமே கருப்பர்கள்.

தென் ஆப்பிரிக்கப் பழங்குடி தேசிய காங்கிரஸ்

அதற்கடுத்த இரண்டு ஆண்டுகளில் கருப்பின மக்கள் ஒரு முக்கிய மான முடிவை எடுத்தார்கள். 'வெள்ளையர்களின் ஆதிக்கத்தை எதிர்க்கவும் தென் ஆப்பிரிக்க கருப்பர்களுக்கு எதிராக வாதாடவும் தனியே ஒரு கட்சி வேண்டும். தாங்கள் மட்டுமின்றி தங்களுடைய எதிர்காலச் சந்ததியினரும் சுதந்தரக் காற்றை சுவாசிக்க வேண்டும் என்றால் அதற்கு வெள்ளையர்களின் ஆதிக்கத்தை எதிர்த்துப் போராட வேண்டியது கட்டாயம்' என்று ஏகமனதாக உறுதி எடுத்துக் கொண்டனர். 1912 ஜனவரி 8ஆம் தேதி 'தென் ஆப்பிரிக்கப் பழங்குடி தேசிய காங்கிரஸ்' என்ற பெயரில் கட்சி தொடங்கப் பட்டது.

தேசிய கீதமாக 'நிகோசி சிகேலெஸ்' என்னும் பாடல் புனையப் பட்டது. 'இறைவா, ஆப்பிரிக்காவுக்கு அருளாசி வழங்கு' என்பது தான் அதன் பொருள். 'தென் ஆப்பிரிக்க அரசு நிறம், இனம் வேற்றுமைச் சட்டத்தைத் திரும்பப் பெற வேண்டும். நிர்வாகம், கல்வி, வேலை வாய்ப்பு, குடியிருப்பு, வாழ்க்கை முறை ஆகிய வற்றில் வெள்ளையர் - கருப்பர் இடையே பாகுபாடு கூடாது.

வெள்ளையர்களுக்கு இணையாகக் கருப்பர்களும் மதிக்கப்பட வேண்டும்' என்று கட்சியின் முதல் கூட்டத்திலேயே தீர்மானம் நிறைவேற்றினார்கள்.

உண்மையில் அந்தக் கட்சி தென் ஆப்பிரிக்கக் கருப்பர்களுக் காகக் குரல் கொடுக்கும் கட்சியாகத்தான் தொடங்கப்பட்டது. ஆனால், 'தென் ஆப்பிரிக்க பழங்குடி தேசிய காங்கிரஸ்' என்றே பதிவு செய்யப்பட்டது. தொடங்கப்பட்ட அதே ஆண்டில் முதல் போராட்டத்தையும் அறிவித்தது. அரசு இயற்றிய சட்டத்தை எதிர்த்தும் அதனைத் திரும்பப் பெறக் கோரியும் ஜோகன்ஸ்பர்க்கில் உள்ள மத்திய அலுவலகத்தின் முன்பு ஆயிரக் கணக்கானோர் கூடி தர்ணா நடத்தினர்.

ஆனால் அவர்கள் கையில் இருந்த மனுக்களை பிரிட்டிஷார் வாங்க மறுத்ததுடன், மறியல் செய்தவர்கள் மீது காவலர்களைக் கொண்டு கண்மூடித்தனமாகத் தடியடி நடத்தினர். பலர் படுகாயம் அடைந் தனர். ஆயிரக்கணக்கானோர் கைது செய்யப்பட்டனர். போராட்டம் நசுக்கப்பட்டதில் மக்களுக்குப் பெருத்த ஏமாற்றம். வலிமையான தலைமை இல்லாததே இதற்கு முக்கியக் காரணி. இதனை உணர்ந்த ஆங்கிலேய அரசு அந்த அமைப்பை உடைக்கத் தொடங்கியது. அதில் ஓரளவு வெற்றியும் பெற்றது.

அரசியலில் தடம் பதிக்க வேண்டுமென மண்டேலா முடிவெடுத்த வுடன் அவரது நினைவுக்கு வந்த கட்சியும் இதுதான். வால்டர் சிசுலு இதில் உள்ளார் என்பதும் அந்தக் கட்சியில் சேருவதற்கு மற்றொரு காரணம். கருப்பர்கள், பட்டதாரிகள், புரட்சியாளர்கள், சிந்தனை யாளர்கள் என அனைவரையும் உள்ளடக்கிய கட்சியாக விளங்கியது.

'ஆப்பிரிக்க தேசிய காங்கிரஸ்' (African National Congress - ANC) எனப் பெயர் மாற்றம்

சாமானியர்களும் அங்கம் வகிக்கும் கட்சியாக 1923இல் 'ஆப்பிரிக்க தேசிய காங்கிரஸ்' என பெயர் மாற்றப்பட்டது. பிக்ஸ்லே கா இஸாகா சேமே (Pixley ka Isaka Seme), சோல் பிளேட்ஜே (Sol Platje), ஜான் தூபே (John Dube) மற்றும் வால்டர் ருபூசனா (Walter Rubusana)

ஆகியோர் இந்த அமைப்பை நிறுவினர். இருப்பினும், அவர்களும் ஆரம்பகால உறுப்பினர்களைப் போலவே, கறுப்பின தென்னாப்பிரிக்க சமூகத்தின் பழமைவாத, படித்த மற்றும் மத தொழில் முறை வகுப்புகளைச் சேர்ந்தவர்கள்.

இவர்களைத் தொடர்ந்து ஜோசியா குமேட் (Josiah Gumed) *1927*இல் ஏஎன்சி தலைவராக பொறுப்பேற்றார். ஆனால் கட்சிக் கொள்கைகளுக்கு விரோதமாக கம்யூனிஸ்ட்களுடன் இணைந்து செயல்படத் தொடங்கியதால், *1930*இல் பதவியில் இருந்து வெளி யேற்றப்பட்டார். அவருக்குப் பிறகு தலைவராகப் பதவியேற்ற இஸாகா சேமேவும் (Isaka Seme) எதிர்பார்த்த அளவிற்குச் செயல் படவில்லை. இதனைத் தொடர்ந்து ஏன்சி-இன் செல்வாக்கு மக்கள் மத்தியில் படிப்படியாகக் குறையத் தொடங்கியது.

அனைவரும் ஒன்றாகக் கூடி ஆங்கிலேய அரசுக்கு எதிராகத் தீர்மானம் போடுவது, மனு கொடுப்பது, பின்னர் சாப்பிட்டு விட்டுக் கலைந்து செல்வது என்ற முறையில்தான் கட்சி இயங்கி வந்தது. அதனால்

எந்தப் பயனுமில்லை என்ற முடிவுக்கு வந்த பிறகே, படித்த வசதி படைத்தவர்கள் மட்டுமின்றி, சாமானியர்களும் படிக்காதவர்களும் இடம் பெறும் வகையில் 'ஆப்பிரிக்க தேசிய காங்கிரஸ்' உறுப்பினர் சேர்க்கையும், கொள்கையும் மாற்றப்பட்டன.

ஆண்டன் லெம்பேடே (Anton Lembede) என்னும் வழக்கறிஞரின் அறிமுகம் மண்டேலாவின் சிந்தனைகளில் ஒரு மாற்றத்தை ஏற்படுத்தியது என்றால் அது மிகையில்லை. ஆப்பிரிக்கா கருப்பர்களின் கண்டம் என்றும், கருப்பு நமது மண்ணின் நிறமென்றும், அந்நியரிடமிருந்து மீட்டே ஆக வேண்டுமென்றும் தெளிவாக விளக்கினார் லெம்பேடே. வெள்ளையர்களை விட நமது கருப்பினம் எந்த வகையிலும் தாழ்ந்த்து இல்லை என்றும், மேலை நாடுகளின் கலாசாரத்தைப் படிக்காமல், நமது நாட்டின் கலாச்சாரத்தைப் படிக்க வேண்டுமென்றும் வலியுறுத்தினார்.

ஆயிரமாண்டு கால நமது தாய் மண்ணின் பெருமையைப் புறக்கணித்து விட்டு அந்நியக் கலாச்சாரத்துக்கு மெல்ல மெல்ல மாறிக் கொண்டிருக்கிறோம் என்பதை மண்டேலா உணர்ந்தார். இந்த மாற்றமே நாட்டு விடுதலையுடன் மண்ணின் கலாசாரத்தையும் பாதுகாக்க வேண்டுமென்ற உத்வேகத்தை அவருக்கு ஏற்படுத்தியது.

சிசுலு, லெம்பேடே தவிர்த்து பீட்டர் ம்டா, டாக்டர் லயோனில், மஜோம்போஸி, விக்டர் போபோ, டேவிட் பொபாபே, வில்லியம் கோமோ, ஜோர்ட்டான் குபானே ஆகியோரும் மண்டேலாவின் நட்பு வட்டத்தில் விரிந்தனர். இவர்கள் வெள்ளையரின் காலனி ஆதிக்கத்தை மட்டுமின்றி ஆப்பிரிக்க தேசிய காங்கிரஸ் (ஏஎன்சி) செயல்படும் விதத்தையும் குறை கூறினர்.

நாட்டின் எதிர்காலம் இளைஞர்களின் கைகளில் என்பதால் எந்தவொரு போராட்டத்துக்கும் இளைஞர்களின் பங்களிப்பு அவசியம் என்று அழுத்தம் திருத்தமாக வலியுறுத்தினர். அந்த வகையில் ஏஎன்சி கட்சி இளைஞர்களை ஈர்க்கத் தவறிவிட்டது என்றும் விமர்சித்தனர். இதற்கு ஒரே தீர்வு ஏஎன்சி கட்சியில் இளைஞர் அணியை உருவாக்குவதுதான் என்ற தீர்வையும் முன்வைத்தனர்.

இளைஞர் அணியை உருவாக்குவது குறித்து விவாதிக்க ஏஎன்சி கட்சித் தலைவரான டாக்டர் ஜுமாவைச் (Alfred Bitini Xuma) சந்திக்க அனைவரும் முடிவெடுத்தனர். நல்லவர், வல்லவர் என்பதுடன் அவருக்கு வெள்ளையர்களுடன் நல்ல செல்வாக்கும் இருந்தது. ஆனால் அந்தச் செல்வாக்கே அவர் வெள்ளையர்களுக்கு எதிராகப் போராட்டங்களை முன்னெடுத்துச் செல்லத் தடையாக இருந்தது. அவரிடம் போராட்ட குணமில்லை. வேண்டியதை அவ்வப்போது கேட்டுப் பெற்றாலே போதும் என்ற மனோபாவமே நிறைந்திருந்தது.

'இளைஞர்கள் எளிதில் உணர்ச்சி வசப்படுவார்கள். அவர்களால் எந்த உபயோகமும் கிடையாது. உபத்திரவம்தான் ஏற்படும். மேலும் ஆப்பிரிக்கர்களால் ஒன்றிணைந்து ஒரு அணியாகச் செயல்படும் பக்குவமில்லை' என்று ஏதேதோ சொல்லிக் கொண்டே போனார். மொத்தத்தில் அவருக்கு இளைஞர் அணியை உருவாக்க இஷ்டமில்லை. அதன் மூலம் கைவசம் இருக்கும் அதிகாரத்தை இளைஞர்களிடம் மடைமாற்றிக் கொடுப்பதிலும் விருப்பமில்லை என்பதை மண்டேலா தெள்ளத் தெளிவாகப் புரிந்து கொண்டார்.

1940-ஆம் ஆண்டு கட்சியில் உறுப்பினர்களாகச் சேர்ந்த இளைஞர்கள், விடுதலைப் போராட்டத்தை இன்னும் தீவிரப்படுத்த வேண்டும் என்று குரல் எழுப்பினர். கூட்டம் கூடிப்பேசுவதும் மனு கொடுப்பதும் மட்டும் போதாது. அதையும் தாண்டி ஏதேனும் செய்தாக வேண்டும் என்று நினைத்தனர். சாம, தான, பேத, தண்ட முறைகள் அனைத்தையும் பயன்படுத்தினால் மட்டுமே போராட்டம் வெற்றி பெறும் என்பதில் உறுதியாக இருந்தார்கள். அந்தக் குரலை உரத்து எழுப்பியவர்களுள் நெல்சன் மண்டேலா முதன்மையானவர்.

ஆப்பிரிக்க தேசிய காங்கிரசின் அடிப்படை உறுப்பினராகத் தன்னைப் பதிவு செய்து கொண்ட மண்டேலா, கட்சித்தலைமை கொடுத்த பணிகள் அனைத்தையும் கவனம் குறையாமல் செய்து கொண்டிருந்தார். அதேசமயம், தனக்குத் தவறு என்று தோன்றியதை, தைரியமாகவும் ஒளிவு மறைவு இல்லாமலும் அவ்வப்போது தலைமைக்குச் சுட்டிக் காட்டினார். அதில் எப்போதுமே அவர் தயக்கம் காட்டவில்லை.

எதிர்க்க வேண்டிய நேரத்தில் எதிர்க்காமல், போராட வேண்டிய தருணத்தில் போராடாமல், முக்கியமான விஷயங்களில் கட்சித் தலைமை அமைதியாக இருந்தது மண்டேலாவுக்குப் பிடிக்க வில்லை. தனது அதிருப்தியைப் பலமுறை தலைமைக்கு எடுத்துச் சொன்னார். ஆனால் மண்டேலாவின் கருத்துகளை கட்சித் தலைமை பொருட்படுத்தவில்லை. மாறாக, ஏதேதோ சாக்குப் போக்குச் சொல்லி சமாளித்தது.

அதிருப்தியடைந்த மண்டேலா ஒரு முடிவுக்கு வந்தார். தலைமையை எதிர்த்து வெளியேறினால் அது வெள்ளையர்களுக்குச் சாதகமாகி விடும். மேலும், தென் ஆப்பிரிக்கக் கருப்பர்களுக்காகப் போராடும் ஒரே அமைப்பு என்ற ஒற்றுமையைக் குலைத்து, பிளவுபடுத்திய அவப்பெயரும் தனக்கு வந்து சேரும் என்று அஞ்சினார். ஆகவே, ஆப்பிரிக்க தேசிய காங்கிரசில் 'இளைஞர் அணி' ஒன்றை ஏற்படுத்தும் முனைவுகளில் களமிறங்கினார்.

❑

6

ஆப்பிரிக்க தேசியக் காங்கிரஸ் இளைஞர் வசமானது

கட்சியில் இருந்து பிரிந்து போகவும் கூடாது. அதேசமயம், தனது எண்ணங்களுக்கு வடிவம் கொடுக்கவும் வேண்டும். அதற்கான வாகனமாக இளைஞர் அணி இருக்க வேண்டும் என்று முடிவுக்கு வந்தார். 'சுதந்திரம் என்பது பிறப்புரிமை. கேட்டுப் பெறுவதற்கு அது ஒன்றும் பிச்சையில்லை' எனத் தொடர்ந்து வலியுறுத்தி வந்தார். இதற்கு வலுசேர்க்கும் வகையில் இளைஞர் அணியை உருவாக்கியே தீருவது என்பதிலும் உறுதியாக இருந்தார்.

பல்வேறு எதிர்ப்புகளுக்கு இடையே, மண்டேலா, சிசுலு, டாம்போ உள்ளிட்ட அறுபது உறுப்பினர்களைக் கொண்ட இளைஞர் அணியை உருவாக்கினார். 1944-ஆம் ஆண்டு முதல் ஆப்பிரிக்க தேசிய காங்கிரசின் ஒரு பிரிவாக இளைஞர் அணி செயல்படத் தொடங்கியது. முதல் தலைவராக லெம்பேடே தேர்ந்தெடுக்கப் பட்டார். மண்டேலா செயற்குழு உறுப்பினரானார். பல்வேறு பகுதிகளிலிருந்து திரண்ட மாணவர் கூட்டத்தில் ஆங்கிலேய காலனி ஆதிக்கம், ஆப்பிரிக்க விடுதலை ஆகியவை குறித்து லெம்பேடே உரையாற்றினார்.

1912ல் கட்சி உருவாக்கப்பட்ட சமயத்தில் எழுதப்பட்ட அடிப்படைக் கொள்கைகளை மாற்றாமல், அவற்றுடன் பல்வேறு இனக் குழுக்களை ஒன்றிணைத்தல், போராடிப் பெற வேண்டிய ஆப்பிரிக்க சுதந்திரம், ஆப்பிரிக்க தேசியம் ஆகிய கூடுதல் அம்சங்கள் சேர்க்கப்பட்டன. ஆப்பிரிக்கர்களுக்கு எதிரான கீழ்க்காணும் சட்டங்களை ரத்து செய்ய வேண்டுமென்றும் கூட்டத்தில் வலியுறுத்தப்பட்டது:

நிலச் சட்டம், 1913

கருப்பின மக்களிடமிருந்த 87% நிலம் பறிக்கப்பட்டதன் மூலம் அவர்கள் வாழ்வாதாரத்தை இழந்தனர். இந்தப் பகுதிகளில் ஆப்பிரிக்கர்கள் நிலம் வாங்க முடியாது.

நகரப் பகுதிகள் சட்டம், 1923

நகரங்களிலிருந்து ஒதுக்குப்புறமான இடங்களில், பூர்விகக் குடியிருப்புகள் என்ற பெயரில் ஆப்பிரிக்கர்கள் ஒதுக்கி வைக்கப் பட்டனர். சேரிகளாக உருவான இங்கிருந்துதான் வெள்ளையர் களுக்கு ஊழியம் செய்வதற்குப் பணியாளர்கள் பயன்படுத்தப் பட்டனர்.

நிறத் தடைச் சட்டம், 1926

இலாபகரமான, தேர்ச்சி பெற்ற, திறன் கொண்ட தொழில்கள் அடையாளம் காணப்பட்டு, அவற்றை வெள்ளையர்கள் மட்டுமே

தொடங்க இந்தச்சட்டம் வழிவகுக்கிறது. கருப்பர்கள் இந்தத் தொழில்களைச் செய்வதற்கு தடை விதிக்கப்பட்டது

உள்ளூர் நிர்வாகச் சட்டம், 1927

இந்தச் சட்டம் மூலம் உள்ளூர் பழங்குடி கருப்பினத் தலைவர்களின் பதவிகள் பறிக்கப்பட்டு, முழு அதிகாரமும் பிரிட்டிஷார் வசமானது.

உள்ளூர் சட்டப் பிரதிநிதித்துவம், 1936

வாக்காளர் பட்டியலிலிருந்து கருப்பின மக்களின் பெயர்கள் அழிக்கப்பட்டன. ஆப்பிரிக்க அரசாங்கம் மலர்வதற்கு வழியில்லை என்று இந்தச் சட்டம் அறிவித்தது.

திடீரென லெம்பேடே நோய்வாய்ப்பட்டு காலமானார். திடீர் மரணம் ஏஎன்சி கட்சிக்கு மட்டுமின்றி மண்டேலாவுக்கும் சிசுலு வுக்கும் தனிப்பட்ட இழப்பாகவும் இருந்தது. இந்நிலையில் 1947-ல் கூடிய ஏஎன்சியின் கூட்டத்தில் மிதவாதினான பீட்டர் மடா (Peter Mda) தலைவராகவும், மண்டேலா செயலாளராகவும் தேர்ந் தெடுக்கப்பட்டனர்.

1919 முதல் 1924 வரை மற்றும் 1939 தொடங்கி யுனைடெட் கட்சியின் சார்பில் தென் ஆப்பிரிக்காவின் பிரதமராகப் பதவி வகித்தவர் ஜேன் கிரிஸ்டியன் ஸ்மட்ஸ். (Jan Christian Smuts) ஆனால் 1948-ல் இவரது பதவிக்கு முற்றுப்புள்ளி வைக்கும் வகையில் நேஷனல் கட்சியைச் சேர்ந்த டாக்டர் டேனியல் மேலன் (Daniel Malan) இவரை எதிர்த்து போட்டியிட்டு வெற்றி பெற்றுப் பிரதம ரானார்.

ஸ்மட்ஸ் ஆட்சியே பரவாயில்லை என்று சொல்லும் அளவுக்கு டேனியல் மேலன் ஆட்சி இன்னும் கொடுமையாக இருந்தது. கலப்பினத் திருமணத் தடைச் சட்டம், மக்கள் தொகைப் பதிவுச் சட்டம், கருப்பின மக்களைத் தனியாகக் குடியமர்த்தும் சட்டம் என ஆப்பிரிக்கர்களைச் சொந்த மண்ணிலேயே அந்நியப்படுத்தி, வீடு, நிலம், வேலை, வாழ்வுரிமை ஏதுமில்லாமல் தனிமைப்படுத்தும் கொடுங்கோல் சட்டங்கள் அமலுக்கு வந்தன.

மண்டேலா, சிசுலு மற்றும் டாம்போ ஆகியோர் ஏஎன்சி தலைவர் டாக்டர் ஜுமாவைச் சந்தித்து பிரதமர் டேனியல் மேலன்

அமல்படுத்திய சட்டங்களின் தீவிரத்தையும் அவை விளைவிக்க இருக்கும் விபரீதங்களையும் எடுத்துரைத்தனர். மக்கள் சக்தியைத் திரட்டி, வன்முறையற்ற அமைதியான, காந்திய வழியில் சத்தியா கிரகம் செய்ய வேண்டும். தடியடிகளை ஏற்றுக் கொள்ளவும், சிறை செல்லவும் தயாராக இருக்க வேண்டும் என்று வாதிட்டனர்.

ஆனால் ஜுமா எதையும் காது கொடுத்துக் கேட்கவில்லை. ஆங்கிலேயரின் அசுர பலத்தை எதிர்ப்பது இயலாத காரியம் என்று பழைய பல்லவியையே பாடினார். ஆனால் இம்முறை அவரால் மண்டேலாவைச் சமாதானப்படுத்த முடியவில்லை. எங்கள் கோரிக்கைகளுக்கு ஒப்புக் கொள்ளவிட்டால் தலைவர் பதவிக்கான போட்டியில் உங்களை ஆதரிக்க மாட்டோம் என்று பகிரங்கமாக சொன்னார்.

அதற்கும் ஜுமா அசைந்து கொடுக்காததால், கட்சியில் அதிருப்தி நிலவியது. தொடர்ந்து நடைபெற்ற தலைவர் பதவிக்கான தேர்தலில் ஜுமா தோற்கடிக்கப்பட்டு, டாக்டர் ஜே.எஸ். மொராகோ புதிய தலைவரானார். வால்டர் சிசுலு பொதுச் செயலராகவும், ஆலிவர் டாம்போ தேசிய செயற்குழு உறுப்பினராகவும் தேர்வானார்கள். மொத்தத்தில் 'ஆப்பிரிக்க தேசிய காங்கிரஸ் கட்சி இளைஞர் அணியின்' வசம் வந்தது.

கலப்பினத் திருமணத் தடைச் சட்டம், மக்கள் தொகைப் பதிவுச் சட்டம், கருப்பின மக்களைத் தனியாகக் குடியமர்த்தும் சட்டம் ஆகிய வன்கொடுமைச் சட்டங்களைத் தொடர்ந்து 1951ல் வாக்காளர் தனி பிரதிநிதித்துவச் சட்டம் அமல்படுத்தப்பட்டது. அதன் மூலம் கேப் டவுன் (Cape Town) பகுதியைத் தவிர்த்து மற்ற பகுதிகளில் வாழும் வெள்ளையர் அல்லாத நிறத்தவர்களின் வாக்குரிமை பறிக்கப்பட்டது. அவ்வாறு செய்தால் வாக்குரிமை பெறுவதற்காக அனைவரும் கேப் பகுதியில் குவியத் தொடங்குவார்கள், ஆங்காங்கே சிதறி கிடக்காமல் ஒரே இடத்தில் அவர்களை முடக்கினால், பின்னாளில் அடக்குமுறையை ஏவி அனைவரையும் ஒடுக்குவதற்கு இந்தச் சட்டம் வழிவகுத்தது.

❒

7

மண்டேலாவின் சட்ட மறுப்புப் போராட்ட அறிக்கை

அரசின் சூழ்ச்சியை முறியடிக்க, அனைவரும் ஒரே குடையின் கீழ் திரள வேண்டுமென ஆப்பிரிக்கர்கள், இந்தியர்கள், கருப்பு நிறத்தவர்கள், கம்யூனிஸ்ட்கள் ஆகிய அனைவரும் முடிவெடுத்தனர். 1951 டிசம்பர் 15 முதல் 17 வரை ப்ளோயம்ஃபாண்டெய்ன் (Bloemfontein) நகரில் பலமுறை சந்தித்து விவாதித்தனர். 1952 மார்ச் 1-ஆம் தேதிக்குள் பிரதமர் டேனியல் மேலன் மேற்கண்ட அனைத்து மக்கள் விரோத அடக்குமுறை சட்டங்களையும் திரும்பப் பெற வேண்டும். தவறினால், 1952 ஏப்ரல் 6 அன்று சட்ட மறுப்பு, ஒத்துழையாமை உள்ளிட்ட அறப் போராட்டங்கள் இடைவிடாமல் தொடர்ந்து நடைபெறும் என்றும் அரசுக்கு எச்சரிக்கை விடுத்தனர்.

ஆப்பிரிக்க தேசியக் காங்கிரஸ் தொண்டர் படைத் தலைவராகவும், நடவடிக்கைக் குழுத் தலைவராகவும் மண்டேலா பொறுப்பேற்றுக் கொண்டார். மகாத்மா காந்தியின் மகன் மணிலால் காந்தி அப்போது தென் ஆப்பிரிக்க இந்தியக் காங்கிரஸில் பணியாற்றிக் கொண்டே, இண்டியன் ஒபினியன் என்னும் பத்திரிகையின்

ஆசிரியராகவும் இருந்தார். அவரது ஆலோசனைகளையும் ஏஎன்சி ஏற்றுக் கொண்டது.

ஜான் வென் ரெபெக் (Jan Antony Van Riebeek) தலைமையில் வெள்ளையர்கள் தென் ஆப்பிரிக்காவில் அடியெடுத்து வைத்த 1652-300 ஆவது கொண்டாட்டங்களை ஏப்ரல் 6 அன்று நடத்த பிரதமர் டேனியல் மேலன் முடிவு செய்திருந்தார். ஆனால், மண்டேலா தனது கட்சியின் போராட்டத்தையும், அதே 1952 ஏப்ரல் 6 ஆம் தேதி நடத்தப் போவதாக அறிவிக்க, அரசியல் களம் சூடு பிடித்தது. கருப்பின மக்கள் மட்டுமின்றி சீனப் பிரதமர் சூ-என்-லாய் உள்பட நூற்றுக்கணக்கான உலகத் தலைவர்களும் போராட்டத்துக்கு ஆதரவு கொடுத்தனர்.

ஜோஹனஸ்பர்க், கேப்டவுன், டர்பன், போர்ட் எலிஸபெத், கிம்பரிலி, பிரிட்டோரியா உள்ளிட்ட தென் ஆப்பிரிக்காவின் முக்கிய நகரங்களில் ஆயிரக் கணக்கில் கருப்பின மக்கள் திரண்டு மக்கள் விரோதச் சட்டங்களை எதிர்ப்போமென கோஷங்களை எழுப்பினர். போராட்டம் நடைபெறுவதற்கு முன்பே மக்களிடம் காணப்பட்ட மகத்தான எழுச்சி அரசை யோசிக்க வைத்தது. அதனை முளையிலேயே கிள்ளியெறியவும் முடிவு செய்தது.

உள்ளூர் கருப்பின இயக்கங்கள், தொழிற்சங்கங்கள், ஏஎன்சி உள்ளிட்ட அரசியல் கட்சித் தலைவர்கள் ஆகியோர் கூட்டங்களில் கலந்து கொள்ளவும், உரையாற்றவும் தடை விதித்தது. ஆதரவளித்து கட்டுரை தீட்டிய 'கார்டியன்' (Guardian) பத்திரிகைக்கும் சீல் வைத்தது.

அரசு நெருக்கடி முற்றவே போராட்டத் தேதியை 1952 ஜூன் 26 ஆம் தேதிக்கு மாற்றுவதாக மண்டேலா அறிவித்தார். மோசஸ கெடானே, டாடூ, டேவிட் பொபாபே, ஜே பி மார்க்ஸ் ஆகியோர் கைது செய்யப்பட்டனர். தடை செய்யப்பட்ட 'கார்டியன்' பத்திரிக்கை 'க்ளேரியன்' (Clarion) என்ற புதிய பெயருடன் போராட்டத்துக்கான தனது ஆதரவைத் தொடர்ந்தது.

அறிவித்தபடி 1952 ஜூன் 26 அன்று தென் ஆப்பிரிக்கா முழுவதும்

போராட்டம் தொடங்கியது. வெள்ளையர்கள் மட்டுமே வசிக்கும் பகுதிகளில் கடவுச் சீட்டு இல்லாமல் கருப்பினத்தவர்களும், இந்தியர்களும் நுழைந்தனர். பேருந்துகளில் தனி இருக்கைகளைப் புறக்கணித்து, வெள்ளையர்களுக்குச் சமமாக அமர்ந்தனர். அலுவலகங்களில் ஆங்கிலேயர்கள் நிற்கும் வரிசையில் நின்றனர். வேலை நிறுத்தம், பேரணி, கோஷம் என நாடு முழுவதும் போராட்ட நெருப்பு பரவியது.

“அடிமை விலங்கை உடைக்கவே போராட்டம் இப்போது எதிர்ப்பைப் பதிவு செய்யாவிட்டால் எப்போதும் சுதந்திரத்தை நம்மால் பெற முடியாது” என்று மண்டேலா முழங்கினார்.

மண்டேலாவின் இந்தப் போராட்ட அறிவிப்புக்குச் சில மாதங் களுக்கு முன்பு நடைபெற்ற விவரங்களைப் பார்க்கலாம். ஆப்பிரிக்க தேசிய காங்கிரஸ் உறுப்பினர்கள் அனைவரும் கூடி, கருப்பின மக்களுக்கு எதிரான ஆறு சட்டங்களை வாபஸ் பெறுமாறு அரசுக்கு அறிவுறுத்தும் தீர்மானத்தை நிறைவேற்றினர். ஆனால் பிரிட்டிஷ் அரசோ அந்தத் தீர்மானங்களை அலட்சியம் செய்யும் வகையில், சட்டங்களைத் தீவிரமாக்கியது. அதனைத் தொடர்ந்து இளைஞர் அணியின் சார்பாகக் கூட்டம் நடத்திய மண்டேலா, சிசுலு உள்ளிட்ட பலர் அரசுக்கு எதிரான நடவடிக்கைகள் மட்டுமே பிரச்சனைக்குத் தீர்வாகும் என்ற முடிவுக்கு வந்தனர். அதனை ஆப்பிரிக்க தேசிய காங்கிரசும் ஏற்றுக்கொண்டது.

ஆப்பிரிக்க தேசிய காங்கிரஸ் பிரதமர் மேலனுக்கு நீண்ட கடிதம் ஒன்றை எழுதியது. *‘அரசியல் சட்டத்துக்கு உட்பட்டு பல்வேறு சாத்வீக முறைகளில் வேண்டுகோள் விடுத்தும், செவிடன் காதில் ஊதிய சங்குபோல் அரசு இதுவரை எங்களை மதிக்கவும் இல்லை. பேச்சு வார்த்தைக்கு அழைக்கவுமில்லை. மாறாக, சட்டங்களை இன்னும் கடுமையாக்கி, எங்கள் கருப்பின மக்களை இன்னும் அதிகமாகவே துன்புறுத்தத் தொடங்கி இருக்கிறீர்கள். எனவே, எங்கள் கோரிக்கைகளுக்கு சரியான பதில் கிடைக்காத நிலையில், 6 ஏப்ரல் 1952 முதல் அரசுக்கு எதிரான ஒத்துழையாமைப் போராட்டம் தொடங்கப் போகிறோம்.’*

ஆப்பிரிக்க தேசிய காங்கிரஸ் தொடங்கப்பட்ட நாற்பது ஆண்டு கால வரலாற்றில் அரசுக்கு எதிராக அறிவித்த மிகப்பெரிய போராட்டம் என்று அது வர்ணிக்கப்பட்டது. கருப்பின மக்கள் உத்வேகத்துடன் போராட்டத்தில் பங்கேற்றனர். ஆப்பிரிக்க தேசியக் காங்கிரஸ் அனுப்பிய அனைத்து கடிதங்களும் குப்பைத் தொட்டிக்குப் போவதுதான் வழக்கம். ஆகவே, அரசிடம் இருந்து எந்தவிதமான பதிலும் வராது. ஆனால், இந்த முறை மட்டும் அரசு பதில் கடிதம் அனுப்பியது. 'இயற்றிய எந்தச் சட்டத்தையும் வாபஸ் பெற மாட்டோம். சட்டத்தை மீறுபவர்கள் மீது கடுமையான நடவடிக்கை எடுக்கப்படும்' என்ற எச்சரிக்கை வாசகம் அதில் காணப்பட்டது.

அரசின் நடவடிக்கைகளுக்குப் பதிலடி கொடுக்க மண்டேலாதான் பொருத்தமானவர் என்று ஆப்பிரிக்க தேசிய காங்கிரஸ் உறுப்பினர்கள் ஒருமித்த முடிவுக்கு வந்தனர். ஒத்துழையாமை போராட்டத்தை வழிநடத்தவும், ஒருங்கிணைக்கவும், தேவையான நிதி ஆதாரங் களைத் திரட்டவும் மண்டேலாவுக்கு முழுப் பொறுப்பும் அதிகாரமும் வழங்கப்பட்டன.

தென் ஆப்பிரிக்காவின் மூலை முடுக்குகளைக் கூட விடாமல் ஒவ்வொரு கிராமத்துக்கும் நேரில் சென்றார் மண்டேலா. இன்றுள்ள போக்குவரத்து வசதிகள் எதுவும் ஐம்பது ஆண்டுகளுக்கு முன்பு இல்லை. பயணம் என்பதே மிகச் சிரமமாக இருந்தது. ரயில்கள், பேருந்துகள், டாக்சிகள் ஆகியவற்றில் பயணம் செய்ய வெள்ளை யர்கள் மட்டுமே அனுமதிக்கப்பட்டனர். உணவு விடுதிகளில்கூட வெள்ளையர்களுக்கு மட்டுமே அனுமதி. எல்லா இடங்களிலும் கருப்பின மக்கள் புறக்கணிக்கப்பட்டனர். ஆகவே, செல்ல வேண்டிய இடங்களுக்கெல்லாம் நடை பயணமாகவே செல்ல வேண்டிய கொடுமையான சூழல் நிலவியது. அந்தக் கொடுமைக்கு மண்டேலாவுக்கு மட்டும் விதிவிலக்கு தருவார்களா என்ன? அவருக்கும் அதே நிலைதான்.

சோதனைகளைக் கண்டு மனம் தளராமல் ஊர் ஊராகப் பயணம் செய்தார் மண்டேலா. போகும் இடங்களில் எல்லாம் மக்களைச்

சந்தித்துப் பேசினார். சின்னச்சின்ன கூட்டங்களை ஏற்பாடு செய்து பேசினார். கூட்டங்களுக்குத் திரளும் மக்களின் எண்ணிக்கை மெல்ல மெல்ல அதிகரித்தது.

“வாணிகம் செய்ய வந்தவர்கள் இன்றைக்கு ஆட்சிக் கட்டிலில் இருக்கிறார்கள். இந்த மண்ணின் மைந்தர்களான நாம் அடிமை களாகி விட்டோம். பிரிட்டிஷாரின் சர்வாதிகாரப் போக்கை எதிர்க்கவும், இனவெறியை ஒழிக்கவும் நாம் ஓரணியில் திரள வேண்டும். பிரிட்டிஷ் அரசை எதிர்த்துப் போராட வேண்டும். ஆயுதம் தாங்கிய போராட்டத்தை விட சத்தியாகிரக முறையில் நாம் நடத்தும் போராட்டமே வெற்றியைத் தரும். அராஜக வழியில் செல்லத் தூண்டி விட்டு, நம்மை சட்டத்தின் பிடியில் சிக்க வைக்க அரசு பல வழிகளில் முயற்சி செய்யும். அதற்கு நாம் இடம் தரக் கூடாது. ஒவ்வொருவரும் தம்முடைய கடமையை உணர்ந்து, கண்ணியத்துடன் நடந்து கொள்ள வேண்டும். கோபத்தைக் கட்டுப் படுத்திக் கொள்ள வேண்டும். இது சிரமமான செயல்தான். ஆனால் பிரிட்டிஷாரைப் பணிய வைக்க இந்தச் சத்தியாக்கிரக ஆயுதம்தான் வலிமையான ஆயுதமாக இருக்கும்” என்று பேசினார் மண்டேலா.

முதல் கட்ட ஒத்துழையாமைப் போராட்டத்துக்கு எந்தவித பிரதிபலனையும் எதிர்பார்க்காது, தேச நலனே முக்கியம் என்று எண்ணும் 8577 நபர்களைத் தேர்வு செய்தார். தாங்கள் போராட்ட வீரர்கள் என்பதை உணர்ந்த அவர்கள், ஆப்பிரிக்க தேசியக் கொடியின் வண்ணங்களான கருப்பு, பச்சை மற்றும் தங்க வண்ணம் கொண்ட துணிப்பட்டைகளைக் கைகளில் சுற்றிக் கொண்டு வலம் வந்தனர்.

கருப்பு நிறம் இனத்தையும், பச்சை நிறம் நிலத்தையும் தங்க நிறம் பொருளாதார வளத்தையும் குறிக்கும். எங்கெல்லாம் கருப்பின மக்கள் தடை செய்யப்பட்டார்களோ, அங்கெல்லாம் தடை உத்தரவை மீறினார்கள். பிரிட்டிஷாருக்கென பிரத்யேகமாக ஒதுக்கப்பட்ட ரயில் பெட்டிகளில் உட்கார்ந்தார்கள். அவர்களுக் குரிய ஓய்வறைகளில் தங்கினார்கள். இருக்கைகளில் அமர்ந்தார்கள். காவல் அதிகாரிகளிடம் தங்கள் அடையாள அட்டையைக் காட்ட

மறுத்தார்கள். சட்டத்தை மீறிய குற்றத்துக்காக கருப்பின மக்கள் ஆயிரக்கணக்கில் கைதானர்கள். தினம் தினம் கைதுகள் தொடர்ந்தன. ஆனால் அனைவருமே எந்தவிதமான எதிர்ப்பையும் காட்டாமல், குற்றத்தை ஒப்புக்கொண்டு சிறை புகுந்தார்கள்.

எத்தனை நபர்களைத்தான் சிறையில் அடைப்பது? சிறைகள் நிரம்பி வழிந்தன. போராட்ட வீரர்களை அடைக்க சிறைகள் இல்லாமல் அரசு தவிக்கத் தொடங்கியது. மக்கள் எழுச்சியைக் கண்டு முதன் முறையாகத் திணறத் தொடங்கியது. இதுவரை தென் ஆப்பிரிக்காவில் என்ன நடக்கிறது என்பதே வெளி உலகுக்குத் தெரியாமல் இருந்தது. மண்டேலா தலைமை ஏற்ற பிறகு விஷங்கள் மெல்ல மெல்ல வெளி உலகுக்குக் கசியத் தொடங்கின. ஆங்கிலேயரின் இனவெறிச் செயல் பற்றிய செய்திகள் ஐக்கிய நாடுகள் அமைப்பு வரைக்கும் பரவியது. தென் ஆப்பிரிக்காவில் இனவெறிக் கொள்கை கடைபிடிக்கப்படுகிறது என்ற உண்மையை ஐக்கிய நாடுகள் அமைப்பு தெரிந்து கொண்டது.

தென் ஆப்பிரிக்க இன்வெறிக் கொள்கையை விசாரிக்க ஐ.நா ஆணையம் உடனே சற்றும் தாமதிக்காமல் விசாரணை ஆணையம்

ஒன்றை நியமித்து, விரைவில் அறிக்கை சமர்ப்பிக்க உத்தரவிட்டது. ஐக்கிய நாடுகள் அமைப்பு பிறப்பித்த இந்த உத்தரவு மண்டேலாவின் போராட்டத்துக்கு வலுசேர்ப்பதாக அமைந்தது. தனது முதற் கட்ட போராட்டம் உலகத்தின் கவனத்தை ஈர்த்ததில் மண்டேலாவுக்கு மிகுந்த மகிழ்ச்சி.

ஐக்கிய நாடுகள் சபையின் இந்தச் செயல் பிரிட்டிஷாரின் ஆத்திரத்தை அதிகப்படுத்தியது. அதை வெளிக்காட்டும் விதமாக கருப்பின மக்கள் மீது தங்கள் அடக்குமுறையை இன்னும் தீவிரப் படுத்தினார்கள். ஏற்கெனவே உள்ள சட்டங்கள் போதாதென்று புதிதாக இரண்டு சட்டங்களைக் கொண்டு வந்தார்கள்.

ஒத்துழையாமைப் போராட்டத்தில் கலந்து கொள்வோருக்கு கசை அடியும் கடுமையான சிறைத் தண்டனையும் விதிக்கும் வகையில் புதிய சட்டங்கள் இயற்றப்பட்டன. அதன் மூலம் காவல் துறை யினரின் அராஜகம் அதிகமானது. கூட்டம் கூடுவது தடை செய்யப் பட்டது. யாராவது கூட்டமாகக் கூடினால் காவல் துறையினரே ஏற்பாடு செய்திருந்த சிலர் உள்ளே புகுந்து கலவரத்தில் ஈடுபடு வார்கள். அதைச் சாக்காக வைத்துக் கொண்டு கூட்டத்துக்குள் காவல் துறையினர் புகுந்து கூடியிருக்கும் மக்களை அடித்து நொறுக்கி கூட்டத்தைக் கலைப்பார்கள். இந்த வகையில் உயிரிழந்த அப்பாவி மக்களின் எண்ணிக்கை மிக அதிகம். குற்றுயிரும், குலை யுயிருமாகி, நடைபிணமாக மாறியோரின் எண்ணிக்கை ஆயிரக் கணக்கில் இருந்தது.

ஆப்பிரிக்க தேசிய காங்கிரஸ் தலைவர்களின் வீடுகள் சோதனை என்ற பெயரில் சூறையாடப்பட்டன. பல்வேறு குற்றங்களைச் சுமத்தி மண்டேலா உள்ளிட்ட பலரும் கைது செய்யப்பட்டு சிறையில் அடைக்கப்பட்டனர். தலைவர்கள் கைதாகத் தொடங்கி யதும், சத்தியாகிரகப் போராட்டம் மெல்ல மெல்ல தனது வீரியத்தையும், வீச்சையும் இழக்கத் தொடங்கியது.

ஒத்துழையாமைப் போராட்டம் தனது லட்சியத்தை எட்ட முடியாமல் குறை பிரசவமாகவே முடிந்து போனது. பிரிட்டிஷ் அரசு எந்தச் சட்டத்தையும் வாபஸ் பெறவில்லை. ஆப்பிரிக்க தேசிய

காங்கிரசின் சத்தியாக்கிரகப் போராட்டம் பிரிட்டிஷாரின் அராஜகத்துக்கு முன்னால் தோற்றுப் போய்விட்டது என்பதுதான் கசப்பான உண்மை. மண்டேலா உள்ளிட்ட பல முன்னணித் தலைவர்களுக்கு பிரிட்டிஷ் அரசு கீழ்காணும் தடைகளை விதித்தது. அரசு தடை செய்த கூட்டத்தில் கலந்து கொள்ளக் கூடாது.

- பள்ளிகள், கல்லூரிகள் உள்ளிட்ட கல்வி நிலையங்களில் நுழையக் கூடாது.
- விமான நிலையத்துக்குள் நுழையக் கூடாது.
- தினசரி செய்தித்தாள்கள், பத்திரிகை அலுவலகங்களுக்குள் நுழையக் கூடாது.
- பத்திரிக்கைகளுக்குச் செய்தி / பேட்டி கொடுக்கக் கூடாது.
- சொந்த ஊர் / மாவட்டத்தை விட்டு வெளியேறக் கூடாது.
- அரசு தடை செய்த இயக்கத்தில் சேரக் கூடாது.

தடை உத்தரவு பெற்றவர்கள் வாரம் ஒரு முறை அருகில் உள்ள காவல் நிலையத்தில் சென்று கையொப்பம் இட வேண்டும். அரசு நிர்ணயிக்கும் குறிப்பிட்ட நேரங்களில் கண்டிப்பாக வீட்டிலேயே தங்கியிருக்க வேண்டும். தடை செய்யப்பட்டவர்கள் ஒருவருக்கு ஒருவர் பேசிக் கொள்ளக்கூடாது. ஒருவர் மீது குற்றம்சாட்டவோ, தண்டனை வழங்கவோ சாட்சிகள் எதுவும் தேவையில்லை. குற்றப் பத்திரிக்கை வழங்கப்பட வேண்டிய அவசியமும் இல்லை. யாரை வேண்டுமானாலும், எப்போது வேண்டுமானாலும், எந்தவிதமான சாட்சிகளோ, ஆதாரங்களோ இன்றி சிறையில் தள்ளலாம்.

சங்கு சுடச் சுடத்தான் வெண்மை தரும். அதுபோல தடைச் சட்டங்கள் அதிகரிக்க அதிகரிக்க மக்களின் புறக்கணிப்பு பெருகத் தொடங்கியது. ஆரம்பத்தில் சில ஆயிரம் உறுப்பினர்களை மட்டுமே கொண்டிருந்த ஆப்பிரிக்க தேசிய காங்கிரஸ் மெல்ல மெல்ல வளர்ச்சி பெறத் தொடங்கியது. அடக்குமுறையால் அதிருப்தி யடைந்தவர்களும், ஆவேசமடைந்தவர்களும் ஆப்பிரிக்க தேசிய காங்கிரஸில் தங்களை இணைத்துக் கொள்ள ஆரம்பித்தனர்.

ஆம். கருப்பின மக்களின் தன்மானத்தை அரசாங்கத்தின் அடக்குமுறைகள் தூண்டிவிட்டன. மண்ணின் மைந்தர்களான நாம் எதற்காக வணிகம் செய்ய வந்தவர்களுக்குத் தலை வணங்க வேண்டும் என்ற சிந்தனை அவர்களிடத்தில் மேலோங்கத் தொடங்கியது. ஆப்பிரிக்க தேசிய காங்கிரஸ் உறுப்பினர்களும் கருப்பின மக்களும் புதிய அரசியல் பாணியைத் தெரிந்து கொண்டனர். தங்கள் சுதந்தரத்துக்காக, எதிர்கால நலனுக்காக எந்தவிதமான தியாகத்துக்கும் தயாராகினர். ஏற்றுக்கொண்ட கொள்கைக்காக சிறை செல்லவும்.. இன்னும் சொல்லப்போனால்.. உயிரிழக்கவும் தயாராக இருக்க வேண்டும் என்பதைப் புரிந்து கொண்டனர்.

மக்களின் எழுச்சி மண்டேலாவுக்குப் புதிய அனுபவமாகவும் இருந்தது. உத்வேகத்தையும் கொடுத்தது. போராட்டத்தைத் தீவிரப் படுத்த வேண்டும் என்ற எண்ணம் அவருக்குள் வலுப்பெறத் தொடங்கியது. ஆனால், அரசாங்கமோ வேறு கோணத்தில் சிந்தித்தது. எல்லோரையும் தூண்டிவிடுபவர் மண்டேலா. மக்களைப் போராட்டக் களத்துக்கு அழைத்து வருபவரும் அவரே. ஆக, அவரை முடக்கி விட்டால் மக்கள் போராட்டம் வடிந்துவிடும் என்று நினைத்தனர். ஆகவே, மண்டேலாவைக் கைது செய்து சிறையில் அடைத்தது.

ஆனால் அவர் சிறைக்குச் சென்றதும் போராட்ட வேகம் குன்ற வில்லை. மாறாக, மேலும் தீவிரமடைந்தது. அதைக் கண்டு அரசாங்கம் மிரண்டு போனது. மண்டேலாவைத் தொடர்ந்து சிறையில் வைத் திருந்தால் போராட்டல் வலுக்கும் என்பதை அரசாங்கம் உணர்ந்தது. ஆகவே, அவரை உடனடியாக விடுதலை செய்தது. அப்போது ஒரேயொரு நிபந்தனையை விதித்தது. 'மண்டேலா பொதுக் கூட்டங்களில் பேசக்கூடாது'.

கைவசம் இருக்கும் ஒரே ஆயுதம் 'பேச்சுரிமை'. அதையும் கைவிட வேண்டும் என்று சொன்னதில் மண்டேலாவுக்கு அதிர்ச்சி அடைந் தார். ஆனாலும் அப்போதைக்குத் தலையாட்டிவிட்டு, வெளியே வந்து விட்டார். காரணம், அவர் பேச்சைக் காட்டிலும் செயலை அதிகம் நம்பினார்.

பொதுப் பாதுகாப்புச் சட்டத்தின் கீழ் கைது

போராட்டத்தை அடக்க மண்டேலாவை கைது செய்வதுதான் ஒரே வழி என்ற முடிவுக்கு வந்தது அரசு. இராணுவச் சட்டத்திற்கு முன்னோட்டமாக பொது பாதுகாப்புச் சட்டத்தை (1953) அறிமுகப் படுத்தியது. ஜூலை 30 அன்று மண்டேலாவும், சிசுலுவும், கம்யூனிஸ அடக்குமுறைச் சட்டத்தின் கீழ் கைது செய்யப்பட்டனர். மண்டேலா, சிசிலு, ஜே பி மார்க்ஸ், டாக்டர் மொராகோ உள்ளிட்ட 21 பேர் மீது வழக்கு தொடரப்பட்டது. நீதிபதியின் தீர்ப்பைக் கேட்க விசாரணை நடைபெற்ற நீதிமன்றம் முன்பு ஆயிரக்கணக்கில் மக்கள் திரண்டனர். ஒன்பது மாதக் கடுங்காவல் தண்டனை விதித்து நீதிபதி தீர்ப்பளித்தார். இருப்பினும் பொதுமக்களின் எதிர்ப்பு காரணமாக தண்டனை இரண்டு ஆண்டுகளுக்குத் தள்ளி வைக்கப் பட்டது.

கூடிக் கலைந்து மனு கொடுக்கும் கட்சியாக மட்டுமே இருந்த ஆப்பிரிக்க தேசியக் கட்சி இந்தத் தருணத்தில்தான் ஒத்துழையாமை மற்றும் கீழ்ப்படியாமைப் பிரசாரப் போராட்டங்கள் மூலம் மக்கள் கட்சியாக மாறியது. 1,000இல் தொடங்கிய உறுப்பினர் எண்ணிக்கை மக்கள் எழுச்சியின் காரணமாக ஒரு லட்சத்தைத் தாண்டியது. அடுத்தடுத்து நடைபெற்ற போராட்டங்களில் ஆயிரக் கண்க்கில் கைதானார்கள். அபராதம் செலுத்தி வெளியே வராமல் சிறைக்குச் செல்வதைக் கௌரவமாகக் கருதியதால் சிறைச்சாலைகள் நிரம்பி வழிந்தன. கைதானவர்களைச் சிறையில் அடைக்கப் போதிய சிறைச் சாலைகள் இல்லாமல் அரசு திணறியது.

மக்கள் சத்தியாக்கிரக வழியை ஏற்றுக் கொண்டதில் உண்மையி லேயே மனம் மகிழ்ந்தார் மண்டேலா. காந்திய வழியில் இந்தியா சுதந்திரம் பெற்றது போல் விரையில் அறப்போராட்டம் மூலம் தென் ஆப்பிரிக்காவும் விடுதலை பெறும் என்று முழுமையாக நம்பினார். ஆனால், ஆரம்பித்த போராட்டம் முடிவேயில்லாமல் நீண்டு கொண்டே போனது. போராட்டத்தை நிறுத்திக் கொள்வதா அல்லது தொடர்வதா என்று தெரியாமல் குழம்பினார் மண்டேலா. லட்சியம் நிறைவடையும் வரை போராடுவோம் என்று சிலரும்,

போதும் நிறுத்திக் கொள்வோம் எனறு சிலரும் வாதிட்டனர். எனவே கட்சிப் பொறுப்பிலுள்ள உறுப்பினர்களின் கூட்டத்தை கூட்டி ஏகோபித்த கருத்தைத் தெரிந்துகொள்ள மண்டேலா முடிவு செய்தார்.

குறைப் பிரசவமான சத்தியாகிரகப் போராட்டம்

'இதுவரை நமது போரட்டங்களைப் பற்றிக் கவலைப்படாத அரசு, மக்களின் மாபெரும் எழுச்சியைக் கண்டு இப்போது அஞ்சத் தொடங்கி உள்ளது. இந்த அச்சம் தொடர வேண்டுமானால் போராட்டத்தைத் தாற்காலிகமாக நிறுத்திக் கொள்வோம். மேலும், மக்கள் தங்கள் குடும்பம், வருமானம், தொழில் எல்லாவற்றையும் விட்டுவிட்டுத் தொடர்ந்து ஒத்துழைப்பு அளிப்பார்கள் என்றும் கருத முடியாது' என்று அனுபவ ரீதியாகத் தனது கருத்தைப் பதிவு செய்தார் கட்சியின் முன்னாள் தலைவர் ஜுமா.

ஆனால் கூட்டத்தில் கலந்து கொண்ட பெரும்பான்மை உறுப்பினர் களோ காலக்கெடு எதுவும் நிர்ணயிக்காமல் போரட்டத்தைத் தொடர வேண்டுமென்று கூறினார்கள். ஜுமாவின் கருத்தைப் புறக்கணித்து போராட்டத்தைத் தொடர வேண்டுமென்ற ஏகோபித்த கருத்தை மண்டேலாவும் ஏற்றுக் கொண்டார். ஆனால் அந்த முடிவை எடுத்தது தவறு என்பதை மண்டேலா சில மாதங்கள் கழித்தே உணர்ந்து கொண்டார். ஜுமா சொன்னதுபோல் போராட்டத்துக்கான மக்கள் ஆதரவு நாளுக்கு நாள் குறையத் தொடங்கியது. குறைப் பிரசவம் போல் முழுமை பெறாமல் போராட்டம் பாதியிலேயே நின்றுபோனது.

'எந்த ஒரு விஷயத்துக்கும் ரப்பரைப் போன்ற இழுவைத் திறனுண்டு. குறிப்பிட்ட அளவு வரை இழுத்த பிறகு நிதானிக்க வேண்டும். இழுவைத் திறனைத் தாண்டி இழுத்துக் கொண்டே போனால் ரப்பரைப் போல நமது நோக்கமும் அறுந்து விடும்' என்ற ஜுமாவின் அறிவுரையில் பொதிந்திருந்த பொருள் மண்டேலாவுக்கு சற்றே தாமதமாகத்தான் புரிந்தது.

1952 இறுதியில் நடைபெற்ற ஆப்பிரிக்க தேசிய காங்கிரஸ் கூட்டத்தில் மொராக்கோவுக்குப் பதிலாக புதிய தலைவராக ஆல்பர்ட் லுதிலியும் (Albert Luthuli), துணைத் தலைவராக மண்டேலாவும் தேர்ந்தெடுக்கப்பட்டனர். பல்வேறு அறப்போராட்டங்கள் மூலம் மண்டேலாவின் பெயர் பிரபலமாகி இருந்தாலும், ஏஎன்சி கட்சியின் துணைத் தலைவர் என்னும் பொறுப்பு அவரை மேலும் பிரபலமாக்கியது.

துணைத் தலைவர் என்னும் இரண்டாம் இடத்தில் இருந்தாலும், ஏஎன்சியை வழி நடத்தும் முக்கிய சக்தியே இவர்தான் என்பது அரசுக்குத் தெரியாமலில்லை.

எனவே, அவரைத் தனது கண்காணிப்பு வளையத்துக்குள் கொண்டு வந்து, அவரது அன்றாட நடவடிக்கைகளைத் தீவிரமாக கவனிக்கத் தொடங்கியது. மேடைகளில் அவர் பேசத் தடை விதித்தது. மிரட்டல்கள் மூலம் முடக்கப் பார்த்தது. எனவே, மண்டேலா தனது கருத்துக்களை டிரம், லிபரேஷன், ஃபைட்டிங்க டாக் போன்ற பத்திரிக்கைகள் வாயிலாகப் பதிவு செய்தார். ஒரு மௌனப் புரட்சிக்கு மக்களைத் தயார் செய்தார்.

இரண்டாம் உலகப் போருக்குப் பிறகு பிரிட்டனின் வீழ்ச்சி, இந்தியாவின் விடுதலை, கென்யா, அல்ஜீரியா, வியட்நாம் உள்ளிட்ட நாடுகளில் காலனி ஆதிக்கத்துக்கு எதிரான போராட்டங்கள் ஆகியவை மண்டேலாவின் சுதந்திர வேட்கைக்கு உந்து சக்தியாக அமைந்தன. இருப்பினும் கம்யூனிஸ்ட் கட்சிக்குத் தடை விதிக்கப் பட்டதுபோல், ஆப்பிரிக்க தேசியக் காங்கிரஸையும் தடை செய்து முன்னணித் தலைவர்களைப் பிரிட்டன் சிறையில் அடைக்கக்கூடும் என நினைத்தார் மண்டேலா.

8

மண்டேலா திட்டம் (M-Mandela Plan) மற்றும் ஆயுதப் போராட்டம்

ஆப்பிரிக்கத் தேசிய காங்கிரஸைத் தடை செய்து, தலைவர்களையும் சிறையில் அடைத்தால் விடுதலைப் போராட்டத்தை வழிநடத்த ஆளில்லாமல் போய்விடும். தனது நோக்கமும் பின்னடைவைச் சந்திக்கும் என மண்டேலா அச்சப்பட்டார். எனவே, உள்ளேயோ, வெளியேயே, யார் இருந்தாலும் போனாலும் போராட்டம் கடல் அலைபோல் ஓயாமல் தொடர்ந்து கொண்டே இருக்க வேண்டும் என்ற முடிவுடன் 'மண்டேலா திட்டம்' (Mandela Plan) அல்லது 'எம்-திட்டம்' (M-Plan) என்ற ஒன்றைத் தீட்டினார்.

இந்தத் திட்டம் மூலம் ஒவ்வொரு தெருவுக்கும் ஒரு பிரதிநிதி தேர்ந்தெடுக்கப்படுவார். பல தெருக்கள் இணைந்து ஒரு மண்டலத்தை உருவாக்கும். ஒவ்வொரு மண்டலத்துக்கும் ஒரு தலைமைப் பிரதிநிதி. மண்டலத்தின் தலைமைப் பிரதிநிதி ஆப்பிரிக்க தேசிய காங்கிரஸின் உள்ளூர் கிளையுடன் இணைந்து பணியாற்றுவார். ஆனால் இவர்களைப் பற்றிய விவரங்கள் அனைத்தும் கட்சித் தலைமையைத் தவிர வேறு யாருக்கும் தெரியாது. ரகசியமாகவும், அதே சமயம், மன உறுதியுடன் இவர்கள் செயல்பட்டு மக்களின்

எண்ணங்களையும், கருத்துகளையும் கட்சிக்குத் தெரிவிப்பார்கள். பொதுக் கூட்டங்கள், தெரு முனைப் பிரசாரங்கள், மனுக்கள் வாயிலாக மக்கள் கருத்துகளை தெரிந்து கொள்ள முடியாத சூழலில், எம்-திட்டம் மாற்று சக்தியாக அமையும் என மண்டேலா நம்பினார்.

1954 -ல் பிரதமராக இருந்த டேனியல் மேலனுக்குப் பதிலாக ஸ்ட்ரிஜ்டோம் (JOHANNES GERHARDUS STRIJDOM) புதிய பிரதமராகப் பதவியேற்றுக் கொண்டார். ஆட்சி மாறினாலும் காட்சி மாறவில்லை என்பதற்கு உதாரணமாக கருப்பின மக்கள் மீதான அடக்குமுறையும், அதிகார துஷ்பிரயோகமும் மாறவே யில்லை. குறிப்பாக, ஜோஹனஸ்பர்க்கிலுள்ள சோஃபியா டவுன், நியூக்ளேர் உள்ளிட்ட சில பகுதிகளிலிருந்து சுமார் ஒரு லட்சத்துக்கும் அதிகமான கருப்பின மக்களை வெளியேற்றும் முயற்சியில் அரசு தீவிரம் காட்டியது. பொறுத்துப் பொறுத்துப் பார்த்த மண்டேலா வின் கோபம் தலைகேறியது. ஃப்ரீடம் ஸ்கொயர் என்னும் இடத்தில் மக்களைத் திரட்டிப் பேசினார். அவர் வெறும் உரையல்ல, பீரங்கியின் சங்கநாதம் அது.

ஆயுதப் போராட்டம்

‘சத்தியாகிரகம், அறப்போராட்டம், அமைதிப் பேரணி என்று காந்திய வழியில் நடந்து கொண்டிருக்கும் நமது நோக்கத்தை வெள்ளையர்கள் உணர்ந்து கொண்டதாகத் தெரியவில்லை. நம்மைக் கையாலாகாதவர்கள் என்று தப்புக் கணக்குப் போட்டு விட்டார்கள். இதே நிலை தொடர்ந்தால் நம்மை மூட்டைப் பூச்சியை நசுக்குவதுபோல் நசுக்கி விடுவார்கள். நல்ல செய்தியைத் தருவார்கள் என்று பொறுத்திருந்தோம், கட்டுக்கோப்புடன் கிடந்தோம். ஆனால் கால் கடுக்கக் காத்திருந்தும், உறக்கமின்றிக் கண்கள் பூத்துப் போனதுதான் மிச்சம். இது நாம் பிறந்த மண். இந்த மண்ணையும் கலாசாரத்தையும் காப்பாற்ற வேண்டியது நமது ஒவ்வொருவரின் கடமை. இதற்கு ஒரே வழி ‘ஆயுதப் போராட்டம்’ தான்.

இதுவரை மேற்கொண்ட அறப்போராட்ட வழிகள் நமக்கு உதவவில்லை. அதற்கு நாம் காரணமல்ல, ஆயுதம் தாங்கிப் போராடும் நிலைக்கு நாம் தள்ளப்பட்டு விட்டோம். மென்மை யான அணுகுமுறையைத்தான் இதுவரை கையாண்டோம். பலனில்லை. எனவே வன்முறைக்குத் தூண்டியது ஆங்கிலேயே ஏகாத்திபத்தியம்தான். ‘கத்தி முனையில், ரத்தம் சிந்தி, நமது சித்தத்தை நிறைவேற்றுவோம்’ என்ற மண்டேலாவின் இடி முழக்கம் தென் ஆப்பிரிக்காவில் மட்டுமின்றி உலகெங்கும் அதிர்வலைகளை ஏற்படுத்தியது.

இந்தியாவில் மகாத்மா காந்தியால் முன்னெடுத்துச் செல்லப்பட்ட அறவழிப் போராட்டத்தை ஏன் தென் ஆப்பிரிக்காவில் மண்டேலா வில் நடத்த முடியவில்லை. இரு நாடுகளுமே பிரிட்டனின் ஆதிக்கத்தில் இருப்பவைதான். மகாத்மாவின் சத்தியாக்கிரகத்துக்கு மதிப்பளித்த பிரிட்டிஷ் அரசு, அதே அணுகுமுறையை ஏன் மண்டே லாவின் அமைதிப் போராட்டத்திற்கு அளிக்கவில்லை?

- தென் ஆப்பிரிக்க மக்கள் தொகையை விட இந்திய மக்கள் தொகை அதிகம் என்பது காரணமா?
- தென் ஆப்பிரிக்காவின் பெரும்பான்மையினர் பழங்குடி மக்கள். ஆனால் இந்தியாவில் அப்படி இல்லை என்பது காரணமா?
- ஒற்றை நாடி மகாத்மாவின் பேச்சுக்கு ஒட்டு மொத்த இந்திய மக்கள் கட்டுப்பட்டதுபோல், ஒட்டு மொத்த தென் ஆப்பிரிக்க பழங்குடி மக்கள், ஏன் மண்டேலாவின் பேச்சுக்குக் கட்டுப்பட வில்லை என்பது காரணமா?
- எல்லாவற்றுக்கும் சிகரம் வைத்ததுபோல் ‘என் உயிரே போனா லும் சரி. சத்தியாகிரக, அறவழிப் போராட்டத்திலிருந்து பின் வாங்க மாட்டேன்’ என்று மகாத்மா தனது கொள்கையில் கடைசிவரை உறுதியாக இருந்தார். எந்தச் சூழலிலும் அவர் தடுமாறவேயில்லை என்பது காரணமா?
- ஆனால் மண்டேலாவிடம் அந்த உறுதிப்பாடு எங்கோ ஓரிடத்தில் சறுக்கியிருக்க வேண்டும். ஆயுதம் எடுக்க அதுவே அவரை நிர்பந்தித்திருக்க வேண்டும் என்பது காரணமா?

மண்டேலாவின் சத்தியாகிரகப் போராட்டத்திற்கு பிரிட்டிஷ் அரசு மதிப்பு அளிக்காததற்கு மேற்கண்ட ஒவ்வொன்றும் அல்லது அனைத்துமே காரணிகளாக இருக்க வேண்டும்.

'மகாத்மா கட்டையை எடுத்திருந்தால் கத்தியை எடுத்திருப்போம், அவர் கத்தியை எடுத்திருந்தால் துப்பாக்கியை எடுத்திருப்போம், அவர் துப்பாக்கியை எடுத்திருந்தால் பீரங்கியை எடுத்திருப்போம், ஆனால் மகாத்மாவோ ஆயுதம் ஏதுமின்றி வெறும் கையுடன் போரிட்டால் என்ன செய்வது? நிராயுதபாணியாக நிற்கும் ஒருவரிடம் வீரத்தைக் காட்டுவது கோழைத்தனம் அல்லவா? அவர் ஆயுதம் ஏந்திய போராட்டத்தை அறிவித்திருந்தால், பிரிட்டன் என்றைக்கோ அதை நசுக்கி இருக்கும். ஆனால் நாங்கள் மகாத்மா விடம் தோற்றதற்குக் காரணம் அவரது சத்தியாகிரகம்தான் - பிரிட்டனின் ஒப்புதல் வாக்குமூலம் இது.

மக்கள் காங்கிரஸ்

1953 -ஆம் ஆண்டு ஆப்பிரிக்க தேசிய காங்கிரஸ் வேறு பல குழுக் களுடன் இணைந்து மக்கள் காங்கிரஸ் என்னும் புதிய திட்டத்தை வகுக்கத் தொடங்கியது. அதன் மூலம் சாதி, இன வேற்றுமைகளைக் களைந்து, அனைத்து தென் ஆப்பிக்கர்களுக்குமான பொதுவான சட்ட உரிமையைப் பெறும் தீவிர முயற்சிகளில் இறங்கியது. இந்தப் புதிய விடுதலைச் சாசனம்தான் தென் ஆப்பிரிக்கர்கள் நீண்ட கால மாக எதிர்பார்த்துக் கொண்டிருக்கும் புதிய ஜனநாயக ஆட்சிக்கு வித்திடும் என்று அறிவிக்கப்பட்டது. 'மக்களின் காங்கிரஸ்' தென் ஆப்பிரிக்காவில் உள்ள அனைத்து மக்களின் பிரதிநித்துவம் பெற்றதாக அமையும் என்ற உறுதிமொழியும் அளிக்கப்பட்டது.

இருப்பினும், அதே வருடம் மீண்டும் பிரிட்டிஷாருக்குச் சாதகமான மற்றும் ஆதரவான தேசியக் கட்சி ஆட்சியைக் கைப்பற்றியது. புதிய அடக்குமுறைச் சட்டங்கள் தொடர்ந்து அமல்படுத்தப்பட்டன. கருப்பின மக்கள் அதிக அளவில் மிஷினரி பள்ளிகளில் பயின்று வந்தனர். எனவே கருப்பின மக்களின் மீதான கண்காணிப்பை அதிகரிக்க மிஷினரி பள்ளிகள் அனைத்தையும் அரசின் நேரடிக் கட்டுப்பாட்டுக்குள் கொண்டு வரும் வகையில் அவசரச் சட்டம் நிறைவேற்றப்பட்டது.

ஏற்கெனவே கொதித்துப் போயிருந்த கருப்பின மக்களுக்கு, இந்தப் புதிய அவசரச் சட்டம் ஆத்திரத்தை அதிகமாக்கியது. ஒவ்வொரு மிஷினரி பள்ளிகளுக்குள்ளும் அரசு அதிகாரிகள் புகுந்து, கருப்பின மாணவர்களை வரிசையில் நிற்க வைத்து, கணக்கெடுக்கத் தொடங்கினர். வரிசையில் நிற்க மறுப்போர் கடுமையாகத் தண்டிக்கப்பட்டனர்.

ஒரு பக்கம் அடக்குமுறைகள் நடந்து கொண்டிருக்க, இன்னொரு பக்கம் மக்கள் மத்தியில் பிரசார இயக்கத்தை நடத்திக் கொண்டிருந் தார் மண்டேலா. குறிப்பாக, மக்கள் காங்கிரஸ் சட்டத்தைப் பொது மக்களிடையே பரப்பும் நோக்கத்துடன் தேசிய குழு ஒன்றை அமைத்தனர். மக்களின் எண்ண ஓட்டங்கள் எப்படி இருக்கின்றன என்பதை அறியும் நோக்கத்துடன் இந்தக்குழுவினர் ஊர் ஊராகச் சென்றனர்.

தென் ஆப்பிரிக்க விடுதலை குறித்தும், விடுதலை கிடைத்தால் என்னென்ன சட்டங்கள் ரத்து செய்யப்பட வேண்டும், என்னென்ன சட்டங்கள் கொண்டு வரப்பட வேண்டும் என்பது குறித்தும் அவர் களின் கருத்துக்கள் சேகரிக்கப்பட்டன. பொதுக் கூட்டத்தில் கலந்து

கொண்டால் மீண்டும் கைது செய்யப்படுவோம் என்பதால் மண்டேலா எந்தக் கூட்டத்திலும் நேரடியாகக் கலந்து கொள்ள வில்லை.

அதே சமயம், தான் பேச வேண்டிய கருத்துகள் அனைத்தையும், காகிதத்தில் எழுதிக் கொடுத்துவிடுவார் மண்டேலா. அந்த உரையை கட்சியின் முன்னணித் தலைவர் ஒருவர் மேடையில் படித்துக் காட்டுவார். அந்தக் கூட்டங்களில் கலந்து கொள்ளும் பொது மக்களுடன் மண்டேலாவும் கலந்து கொள்வார். ஆனால், பகிரங்கமாக அல்ல, மாறுவேடத்தில்.

அப்போதுதான் மக்கள் பேசுவதைக் கேட்க முடியும், அவர்களுடைய உண்மையான கோரிக்கைகளை, குறைகளைப் புரிந்து கொள்ள முடியும் என்பதற்காகவே மாறுவேடத்தில் செல்வார் மண்டேலா. அவர்கள் பேசுவதை எல்லாம் உன்னிப்பாகக் கவனித்து குறிப்புகள் எடுத்துக் கொள்வார். அப்படிக் குறிப்பெடுத்த காகிதங்கள் மட்டும் பெருமளவில் சேகரிக்கப்பட்டன.

கிராம முன்னேற்றம், கல்வி, பொருளாதாரம், போக்குவரத்து, உணவு, வீடு, ஊதியம் என பல்வேறு தலைப்புகளில் பொது மக்கள் தங்களுக்குத் தோன்றிய கருத்துகளை கட்சிக்கு எழுதி அனுப்பினர்.

◻

9

ஆப்பிரிக்க விடுதலை சாசனம்

உலகப் போர் தீவிரமாக நடைபெற்றுக் கொண்டிருந்த போது போருக்குப் பிறகு அவரவர் தேசியக் கொள்கைகளில் கடைப்பிடிக்க வேண்டிய பொதுவான தத்துவங்கள் குறித்த கூட்டுச் சாசனத்தை அமெரிக்காவும், பிரிட்டனும் வெளியிட்டன. 1941 ஆகஸ்ட் 14-ஆம் தேதி வெளியான இந்தக் கூட்டுச் சாசனத்தில் அமெரிக்க அதிபர் ரூஸ்வெல்ட் மற்றும் பிரிட்டன் பிரதமர் சர் வின்ஸ்டன் சர்ச்சில் ஆகியோர் கையெழுத்திட்டனர். நியூ ஃபவுண்ட்லேண்டுக்கு வடக்கு அட்லாண்டிக் பெருங்கடலில், ஒரு போர்க்கப்பலில் தொடர்ச்சியாக நடைபெற்ற பல்வேறு பேச்சு வார்த்தைகளுக்குப் பிறகு இந்தச் சாசனம் வெளியானதால், இது 'அட்லாண்டிக் சாசனம்' என்றழைக்கப்பட்டது. ஜனநாயகம், உரிமை ஆகியவற்றை உள்ளடக்கிய இதன் முக்கிய சாராம்சங்கள் பின்வருமாறு:-

'தோற்றாலும் சரி ஜெயித்தாலும் ஒவ்வொரு நாட்டுக்கும் இயற்கையின் வளங்களைப் பயன்படுத்திக் கொள்ள முழு உரிமை உண்டு. உழைக்கும் மக்களின் வாழ்க்கைத் தரம் உயர நாடுகளுக்கு இடையே பொருளாதாரக் கூட்டுறவு. நாடுகளின் எல்லைகளில் எந்த மாற்றங்

களும் திணிக்கப்படாது. தங்களுக்கான அரசுகளைத் சம்மந்தப்பட்ட நாட்டின் மக்கள் தேர்ந்தெடுத்துக் கொள்ளலாம்.'

இரண்டாம் உலகப் போரில் அச்சு நாடுகளுக்கு எதிராகக் களத்தில் இறங்கிய 26 அரசுகள் இந்த அட்லாண்டிக் கூட்டு சாசனத்தை ஏற்றுக் கொள்கிறோம் என்று அறிவித்தன. ஆனால் ஐரோப்பாவின் பெரும்பாலான பகுதிகளில் இது எந்த பாதிப்பையோ தாக்கத்தையோ ஏற்படுத்தவில்லை. அலங்கார மொழி மற்றும் வார்த்தை ஜாலம் நிறைந்த இந்த சாசனம் நடைமுறைக்கு ஒவ்வாது என ஒதுக்கித் தள்ளினர்.

ஆப்பிரிக்கர்களுக்கான பிரத்யேக சாசனத்தை உருவாக்க மக்களின் கருத்துகள் கேட்கப்பட்டதுடன் அவரவர் விரும்பும் முக்கிய விஷயங்களை எழுத்துப்பூர்வமாக அனுப்பி வைக்கும்படியும் கோரப்பட்டனர். 'என் நாடு என் சாசனம்' என்ற மகிழ்ச்சியில் தன்னுடைய கருத்தும் அரசியல் சாசனத்தில் இடம் பெறலாம் என்னும் கணிப்பில் ஆயிரக்கணக்கான ஆப்பிரிக்கர்கள் எழுதிக் குவித்தனர்.

ஆண்டு இறுதியில் மக்களின் கருத்துக்கள் அடங்கிய லட்சக்கணக்கான மனுக்கள் மலைபோல் குவிந்தன. ஆப்பிரிக்க தேசிய காங்கிரஸ் நியமித்த நிபுணர் குழு பொது மக்களின் மனுக்களை ஆய்வு செய்யத் தொடங்கியது. மனுக்களில் காணப்பட்ட கருத்துகளின் அடிப்படையில் வரைவு தயாரிக்கப்பட்டது. மண்டேலா உள்ளிட்ட முக்கியத் தலைவர்கள் வரைவுக்கு ஒப்புதல் அளித்தனர். பின்னர், அந்த வரைவுக்கு, 'விடுதலை சாசனம்' என்று பலத்த கரகோஷத்துக்கு இடையே மண்டேலா பெயரிட்டார்.

'அட்லாண்டிக்' சாசனத்தைப் போலவே 'மண்டேலாவின் விடுதலைச் சாசனத்தை' நடைமுறைப்படுத்துவதில் சிக்கல்கள் இருப்பதை ஒப்புக் கொண்டாலும், அதிலுள்ள அம்சங்கள் சிறப்பானவை என்று என்ஏசி நம்பியது. இந்த சாசனத்தின் முக்கிய அம்சங்களை ஆதரமாகக் கொண்டு ஆப்பிரிக்காவின் உரிமைகள் மற்றும் தேவைகளுக்கு ஏற்றவாறு புதிய சாசனத்தை உருவாக்க முனைந்தது. குறிப்பாக ஆப்பிரிக்கர்களுக்கு எதிரான சட்டங்கள், விதிகள்,

கட்டுப்பாடுகள், கெடுபிடிகள், அடக்குமுறைகள் ரத்து செய்யப் பட்டு ஆப்பிரிக்கர்கள் எங்கு வேண்டுமானாலும் சுதந்திரமாகப் பயணிக்கலாம், நிலம் வாங்கலாம் என்ற வகையில் புதிய சாசனம் உருவானால் ஆப்பிரிக்கர்களின் முழுமையான ஆதரவு கிடைக்கு மென என்ஏசி நம்பியது.

இதற்கு இடையே ஆப்பிரிக்க தேசிய காங்கிரஸ் அலுவலகத்தில் 'விடுதலைச் சாசனத்தின்' ஒவ்வொரு பத்தியும் விரிவாகப் படிக்கப் பட்டு, பிரதிநிதிகளால் விவாதிக்கப்பட்டது. அந்த சாசனம்தான் பொதுக்கூட்டத்தில் பிரகடனம் செய்யப்பட்டது. அந்த விடுதலை சாசனத்தில் இடம் பெற்ற முக்கிய அம்சங்கள் பின்வருமாறு :

தென் ஆப்பிரிக்க மக்களாகிய நாங்கள் எங்கள் நாட்டுக்கும் உலகிற்கும் தெரிவிக்க வேண்டியது என்னவென்றால்:

முன்னுரை

- கருப்பு, வெள்ளை என்ற நிற வேறுபாடின்றி இங்கு வாழும் அனைவருக்கும் சொந்தமான நாடு ஆப்பிரிக்கா. மக்களின் எண்ணத்திற்கும், விருப்பத்திற்கும் மாறாக இந்நாட்டின் மீது எந்த அரசும் உரிமை கோர முடியாது.

- எங்கள் சுதந்திரம், அமைதி, நிலம் மற்றும் பிறப்புரிமை ஆகிய வற்றை எங்களை அடிமைப்படுத்திய அநீதியான, மக்கள் விரோத அரசிடம் பறிகொடுத்து விட்டோம்.

- சம உரிமை, சம வாய்ப்பு, சகோதரத்துவம் ஆகியவை எங்கள் மக்களுக்கு முழுமையாகக் கிடைத்தால் மட்டுமே நாடு வளர்ச்சி அடையும், சுதந்திரம் பெறும்.

- சாதி, மத, இன, நிற மற்றும் பாலின வேற்றுமைகள் இன்றி அனைவருக்கும் உரிமைகளையும், வாய்ப்புகளையும் அளிக்கும் சக்தி மக்களால் தேர்ந்தெடுக்கப்படும் அரசுக்கு மட்டுமே உள்ளது.

- கருப்பின மற்றும் வெள்ளையின மக்களை உள்ளடக்கிய தென் ஆப்பிரிக்க மக்களாகிய நாங்கள் இந்த விடுதலை சாசனத்தை

மன நிறைவுடன் ஏற்றுக் கொள்கிறோம். மக்களாட்சி மலர நாங்கள் அனைவரும் ஒற்றுமையாக உழைக்க உறுதியளிக்கிறோம்.

மக்கள் ஆட்சி

- வேட்பாளராக நிற்பதற்கும், விருப்பமானவரைத் தேர்ந்தெடுக்கவும் ஒவ்வொரு ஆணுக்கும் பெண்ணுக்கும் சம உரிமையுண்டு.
- நாட்டு நிர்வாகத்தில் அனவருக்கும் சம பங்குண்டு.
- சாதி, மத, இன, நிற மற்றும் பாலின வேற்றுமைகள் இன்றி உரிமைகள் அனைவருக்கும் பொதுவானவை.
- மக்களாட்சி உருவாகும் போது தற்போது நடைமுறையிலுள்ள அமைப்புகள், நிர்வாகங்கள் மற்றும் ஆலோசனைக் குழுக்க திருத்தி அமைக்கப்படும் அல்லது மாற்றப்படும்.

தேசியக் குழுக்களுக்குச் சம உரிமைகள்

- அரசு அமைப்புகள், நீதிமன்றங்கள், கல்விக் கூடங்கள் ஆகிய அனைத்திலும் தேசியக் குழுக்களுக்குச் சம அங்கீகாரம் வழங்கப்படும்.
- காலங்காலமாக மக்கள் பின்பற்றி வந்த பண்பாடு, மொழி, பாரம்பரியம், பழக்க வழக்கம், நாகரிகம் ஆகியவற்றைத் தொடர்ந்து கடைப்பிடிக்க எந்தத் தடையும் இருக்கக் கூடாது.
- தேசியப் பெருமைக்கும், இனத்துக்கும் எந்த இடையூறும், பாதிப்பும், பங்கமுமின்றிப் பாதுகாக்கப்படும்.
- சாதி, மத, இன, நிற மற்றும் பாலினப் பாகுபாடுகள் தண்டனைக்குரிய குற்றங்களாகக் கருதப்படும்.
- இனத்தை ஒதுக்கும் சட்டங்களும், நடைமுறைகளும் ரத்தாகும்.

அனைவருக்கும் நாட்டின் செல்வ வளங்கள்

- நாட்டின் பாரம்பரிய மற்றும் தேசியச் செல்வங்கள் மக்களுக்குத் திருப்பித் தரப்படும்.

- நிலத்தடி வளங்கள், கனிமங்கள், வங்கிகள், ஏகபோகத் தொழில்கள் மக்களுக்குச் சொந்தமாக்கப்படும்.
- மக்களின் நலன் சார்ந்தே பிற தொழில்கள் இயங்கும்.
- எந்தத் தொழிலையும், வர்த்தகத்தையும், வணிகத்தையும் யார் வேண்டுமானாலும், அவரவர் விருப்பப்படி, எங்கும், எப்போது வேண்டுமானாலும் தொடங்க அனைவருக்கும் சம உரிமை அளிக்கப்படும்.

அனைவருக்கும் நிலப் பங்கீடு

- நாட்டின் அனைத்து நிலங்களும் உழைப்பவர்களுக்குப் பகிர்ந்தளிக்கப்படும்.
- வேளாண் கருவிகள், விதைகள், எந்திரங்கள், டிராக்டர்கள் விவசாயிகளுக்கு வழங்கப்படும். பயிர்கள் செழிக்கப் புதிய அணைகள் கட்டப்படும்.
- நிலத்தில் பணியாற்றுவோர் நாட்டின் எந்தப் பகுதியிலும் குடியேறலாம்.
- நிலத்தை அவரவர் விருப்பப்படி பயன்படுத்தலாம்.
- கால்நடைகள் பறிமுதல் செய்யப்பட மாட்டாது. பண்ணைச் சிறைச்சாலைகள் மூடப்படும்.

அனைவருக்கும் பொதுவான சட்டங்கள்

- நீதி விசாரணைகள் அனைவருக்கும் பொதுவான மற்றும் நியாய மான முறையில் நடைபெறும். தேவையில்லாமல் ஒருவரை சிறைப்படுத்துதல் அல்லது நாடு கடத்துதல் இருக்காது.
- தன்னிச்சையாக விருப்பு வெறுப்புகளின் அடிப்படையில் தண்டனைகளை அரசு அதிகாரிகள் அளிக்க முடியாது.
- நீதிமன்றம் அனைவருக்கும் பொதுவானது.
- மக்களுக்கு ஊறு விளைவிக்கும், பொது அமைதியைப் பாதிக்கும் குற்றங்களுக்கு மட்டுமே சிறைத் தண்டனை அளிக்கப்படும். இது பழி வாங்கும் வகையில் அமையாமல்,

சீர்திருத்தி மறுவாழ்வு அளிக்கும் நோக்கில் வழங்கப்பட வேண்டும்.

- அனைத்துப் பிரிவினருக்கும் சம உரிமை அடிப்படையில் ராணுவத்திலும், காவல் துறையிலும் பணியமர்த்தப்படுவர்.
- ராணுவமும், காவல் துறையும் மக்களின் பாதுகாவலராக செயல்படும்.

அனைவருக்கும் சம உரிமை

- இன, நிற, சாதி, மத, பாலின வேறுபாடின்றிக் கருத்துகளை வெளியிடும் உரிமை, வழிபாட்டு உரிமை, பிள்ளைகளுக்கு கல்வி புகட்டும் உரிமை, கருத்துகளை வெளியிடும் உரிமை, பேச்சுரிமை மற்றும் ஒன்றிணையும் உரிமை அனைவருக்கும் அளிக்கப்படும்.
- உரிய ஆவணமின்றியும், காரணமின்றியும் காவல் துறை வீடுகளைச் சோதனையிட முடியாது.
- கிராம மற்றும் நகர மக்கள் விருப்பம்போல் எந்தத் தடையுமின்றி எங்கும் எப்போதும் செல்லலாம். வெளிநாடுகளுக்கும் பயணிக்கலாம்.
- கடவுச்சீட்டு முறை முற்றிலுமாக ஒழிக்கப்படும்.

அனைவருக்கும் பணி உத்தரவாதம்

- ஊழியர்கள் தங்களுக்கான தொழிற்சங்கம் அமைத்துக் கொண்டு உரிமையாளர்களுடன் சம்பள ஒப்பந்தமும் செய்து கொள்ளலாம்.
- இன, நிற, சாதி, மத, பாலின வேறுபாடின்றி வேலை செய்யும் உரிமை அனைவருக்கும் உண்டு.
- இன, நிற, சாதி, மத, பாலினப் பாகுபாடின்றி அனைவருக்கும் சம ஊதியம் அளிக்கப்படும்.
- அனைத்து ஊழியர்களுக்கும் வாரம் 40 மணி நேர வேலை, சம்பளத்துடன் கூடிய ஆண்டு விடுமுறை, மருத்துவ விடுப்புகள்

உண்டு. பெண்களுக்குப் பிரசவச் காலத்தில் ஊதியத்துடன் விடுப்பு அளிக்கப்படும்.

- விவசாயிகள், சுரங்கப் பணியாளர்கள் மற்றும் வீடுகளில் வேலை செய்வோருக்கும் இதே உரிமைகள் வழங்கப்படும்.
- ஒப்பந்தப் பணி, சிறுவர்களைப் பணியமர்த்துதல், கூட்டு வேலை ஆகியவை ஒழிக்கப்படும்.

அனைவருக்கும் கல்வி

- திறமைகள் அடையாளம் காணப்பட்டு, ஊக்குவிக்கப்படும்.
- ஏனைய நாடுகளுடன் அறிவு, நூல்கள், சிந்தனைகள் பரிமாறிக் கொள்ளலாம்.
- இளைஞர்களுக்கு மனித நேயத்தைக் காக்கவும், மக்களை நேசிக்கவும், சகோதரத்துவத்தைப் பேணவும், பெற்ற சுதந்திரத்தை மதிக்கவும் கற்றுத் தரப்படும்.
- இன, நிற, சாதி, மத, பாலினப் பாகுபாடின்றி அனைவருக்கும் கட்டாயக் கல்வி, இலவசக் கல்வி மற்றும் பொதுவான கல்வி.
- திறமை அடிப்படையில் நிதி உதவிகள், உயர் கல்வி வாய்ப்புகள், தொழில்நுட்பப் பயிற்சிகள் அளிக்கப்படும்.
- எழுத்தறிவின்மையை ஒழிக்கக் கட்டாயக் கல்வி தீவிரமாக அமல்படுத்தப்படும்.
- ஆசியர்களுக்கும் மற்றும் குடிமக்கள் போன்று அனைத்து உரிமைகளும் விரிவுபடுத்தப்படும்.
- கல்வியைப் போன்றே விளையாட்டிலும் இன, நிற, சாதி, மத, பாலினப் பாகுபாடு இருக்காது.

பாதுகாப்பு வசதிகள்

- மக்கள் விரும்பும் இடத்தில் வீடுகளை அமைத்துக் கொண்டு குடும்பத்துடன் வசிக்கலாம்.
- தரிசு நிலங்கள் மக்களுக்குப் பிரித்தளிக்கப்படும்.

- அத்யாவசியப் பொருட்களின் விலைகள் அனைவருக்கும் ஏற்ற வகையில் நிர்ணயிக்கப்படும். விலைவாசி கட்டுப்படுத்தப்படும். வாடகை குறையும். பஞ்சம், பட்டினி காராணீயாக ஏற்படும் இறப்புகள் இருக்காது.
- கிராமப் பகுதிகளில் மருத்துவமனைகள் தொடங்கப்பட்டு இலவச மருத்துவ வசதிகள் அளிக்கப்படும்.
- சாலைகள், போக்குவரத்து, மின்சாரம், குடிநீர் வசதி, உள்ளிட்ட கட்டமைப்பு வசதிகள் மேம்படுத்தப்படும்.
- குழந்தைகள் காப்பகம், சமூக கூடங்கள் விளையாட்டு அரங்கங்கள் அமைக்கப்படும்.
- குடிசைகள் அகற்றப்பட்டு ஏழைகளுக்கு வீட்டு வசதி வழங்கப் படும்.
- மூத்தோர், ஆதரவற்றோர், ஊனமுற்றோர், நோயாளிகள் ஆகியோர் அரசு காப்பகங்களில் கவனித்துக் கொள்ளப்படுவர்.
- பொழுதுபோக்குகளில் ஈடுபடவும், ஓய்வு நேரத்தை விருப்பம் போல் அமைத்துக் கொள்ளவும் அனைவருக்கும் சம உரிமை.
- குறிப்பிட்ட இனத்தவரை மற்றவர்களிடமிருந்து பிரித்து கெட்டோ (GHETTO) எனப்படும் தனிமைப் பகுதிகளில் குடிய மர்த்துவது ஒழிக்கப்படும்.

பூரண அமைதி

- மற்ற நாடுகளின் உரிமைகளும், இறையாண்மையும் மதிக்கப் படும்.
- உலகப் பிரச்சனைகளைப் பேச்சுவார்த்தைகள் மூலம் தீர்த்து வைக்கும் நாடாகவும், உலக சமாதானத்தைப் பாதுகாக்கும் நாடாகவும் தென் ஆப்பிரிக்கா விளங்கும்.
- சாதி, மத, இன, நிற, பாலின பேதமின்றி அனைத்து உரிமை களும் அனைவருக்கும் வழங்குவதன் மூலம் தென் ஆப்பிரிக்கா வில் சகோதரத்துவமும், சமாதானமும் பரவும்.

- பாசுட்டோலேண்ட், பச்சுனாலேண்ட் மற்றும் சுவாஸிலேண்ட் உள்ளிட்ட புரோடெக்ரொரேட் (PROTECTORATE) எனப்படும் பாதுகாக்கப்பட்ட பகுதிகள் தங்களுக்கான எதிர்காலத்தைத் தாமே முடிவு செய்து கொள்ளும். தற்போது இவை லெஸோத்தோ, போட்ஸ்வானா, ஸ்வாஸிலேண்ட் ஆகிய பெயர்களில் சுதந்திர நாடுகளாக விளங்குகின்றன.

மேற்கண்ட உரிமைகளுக்காகவும், சுதந்திரத்திற்காகவும் நாங்கள் எங்கள் வாழ்நாள் முழுவதும் பாடுபடுவோமென உறுதியளிக் கிறோம்.

இந்த விடுதலைச் சாசனம் அதுவரை தென் ஆப்பிரிக்காவில் தனித்தனியாக இயங்கிக் கொண்டிருந்த ஆப்பிரிக்க தேசிய காங்கிரஸ், தென் ஆப்பிரிக்க இந்தியக் காங்கிரஸ், தென் ஆப்பிரிக்க நிறத்தவர்கள் காங்கிரஸ், தென் ஆப்பிரிக்க ஜனநாயக காங்கிரஸ், தென் ஆப்பிரிக்கத் தொழிற் சங்கங்களின் காங்கிரஸ் உள்ளிட்ட பல்வேறு அமைப்புகளை ஒரே குடையின் கீழ் அணிவகுக்கவும், 'காங்கிரஸ் கூட்டணி' என்ற பொதுவான பெயரில் இணைந்து செயல்படவும் வழிவகுத்தது.

விடுதலை சாசனத்தை பொது மக்களுக்கு விளக்குவதற்காக பிரம்மாண்ட பொதுக் கூட்டம் ஒன்றுக்கு ஏற்பாடு செய்யத் தீர்மானிக்கப்பட்டது. *26 ஜூன் 1955* அன்று பொதுக்கூட்டம் நடத்த நாள் குறிக்கப்பட்டது விடுதலை சாசனப் பிரகடனப் பொதுக் கூட்டத்தில் கலந்து கொள்ள அரசுக்கும் அழைப்பிதழ் அனுப்பப் பட்டது. பூங்கொத்தோடு வாழ்த்து சொல்ல வேண்டிய அரசு, காவல்துறையை துப்பாக்கி சகிதம் அனுப்பி வைத்தது. போலீசார் நேராக ஆப்பிரிக்க தேசிய காங்கிரஸ் அலுவலகத்தை முற்றுகை யிட்டனர். உள்ளே உள்ள எவரும் வெளியேறக் கூடாது என்றனர். அலுவலகத்தைச் சோதனை இட அரசு உத்தரவிட்டு இருப்பதாக ஒலிபெருக்கி மூலம் அறிவித்தனர். அடுத்த சில வினாடிகளில் அலுவலகத்தின் உள்ளே புகுந்த போலீஸார் மூலை முடுக்கு ஒன்று விடாமல் சோதனை போட்டனர்.

கையில் கிடைத்த எல்லா ஆவணங்களையும் பறிமுதல் செய்தனர். கட்சி நிர்வாகிகள் ஒவ்வொருவரும் கேள்விகளால் துளைத்து எடுக்கப்பட்டனர். சோதனை என்ற பெயரில் கட்சி நிர்வாகிகளை விடிய விடிய விசாரணை செய்வதாகச் சொல்லி, பொதுக் கூட்டத்தில் கலந்து கொள்ள முடியாமல் தடுத்து நிறுத்தப் பட்டனர். இருப்பினும் மண்டேலா உள்ளிட்ட முக்கியத் தலைவர்கள் காவல்துறையிடம் சிக்காமல் மாறுவேடத்தில் அலுவலகத்திலிருந்து தப்பித்தனர்.

தென் ஆப்பிரிக்கா முழுவதில் இருந்தும் லட்சக்கணக்கான மக்கள் தலைநகர் ஜோகன்ஸ்பர்க்கில் இருந்து பத்து மைல் தொலைவில் இருந்த கால்பந்து மைதானத்தில் முதல் நாள் இரவில் இருந்தே குவியத் தொடங்கினர். பேருந்து, ரயில், மாட்டு வண்டி என கிடைத்த வாகனத்தில் ஏறிப் பயணப்பட்டனர். வாகனம் கிடைக்காத பலர் நடந்தே கூட்டம் நடைபெற உள்ள இடத்துக்கு வந்து சேர்ந்தனர். கூட்டம் நடைபெற விடாமல் தடுக்கும் நோக்கத்துடன் காவல் துறையினர் செயல்பட்டிருந்தனர். ஆம். ஆங்காங்கே பல தடை களைப் போட்டிருந்தனர். தவிரவும், கூட்டத்தில் கலந்து கொண்டால் கடுமையான தண்டனை கிடைக்கும் என்று பொது மக்களை அச்சுறுத்தி இருந்தனர். ஆனால் காவல் துறையினரின் மிரட்டல்கள் மக்களைக் கொஞ்சமும் பயமுறுத்தவில்லை. பொதுக் கூட்டத்தில் கலந்து கொள்வதற்காகத் துணிச்சலுடன் வந்திருந்தனர்.

தென் ஆப்பிரிக்க வரலாற்றுப் பக்கங்களில் இந்த நாள் முக்கிய நாளாகப் பதிவு செய்யப்பட்டது. தென் ஆப்பிரிக்கா முழுவதிலும் இருந்து மருத்துவர்கள், வழக்கறிஞர்கள், ஆசிரியர்கள், மாணவர்கள், இல்லத்தரசிகள் என பல்துறைகளைச் சேர்ந்த கருப்பின மக்கள் கால்பந்து மைதானம் ஒன்றில் திரண்டனர். லட்சங்களைத் தொட்டது மக்கள் திரளின் எண்ணிக்கை.

முடிவெடுத்தபடி, 1955 ஜூன் 25 -ஆம் தேதி ஜோஹனஸ்பர்க் தென் மேற்கே கிளிப்டவுன் (Kliptown) என்னு கிராமத்தில் ஏஎன்சி மாநாடு தொடங்கியது. பிரம்மாண்ட கூட்டம். மண்டேலாவுக்கும், வால்டர் சிசுலுவுக்கும், மேடையேறவும், உரையாற்றவும், தடை

விதிக்கப்பட்டிருந்ததால் கூட்டத்தோடு கூட்டமாக நின்று கொண்டிருந்தனர். முதல் நாள் தீர்மானங்கள் வாசிக்கப்படும் என்றும், அடுத்த நாள் அவற்றின் மீது விவாதங்கள் நடைபெறும் என்றும் திட்டமிட்டிருந்தார்கள். அதன்படி தீர்மானங்கள் முன் மொழியப்பட, குழுமியிருந்த மக்கள் பலத்த ஆரவாரத்துடன் வழிமொழிந்தனர்.

இவ்வளவு கூட்டத்தை எதிர்பார்க்காத அரசு திடீரென முழித்துக் கொண்டு இரண்டாம் நாள் கூட்டத்திற்குத் தடை விதித்தது. மாநாடு முழுமை பெறாமல் போனாலும் அங்கே உருப் பெற்ற தீர்மானங்கள் 'விடுதலை சாசனமாக' (FREEDOM CHARTER) சரித்திரத்தில் இடம் பெற்றன. அமெரிக்கச் சுதந்திரப் பிரகடனம், பிரெஞ்சு மனித உரிமைப் பிரகடனம் மற்றும் கம்யூனிஸ்ட் அறிக்கை ஆகியவற்றிற்கு இணையாக ஆப்பிரிக்க விடுதலைச் சாசனத்தைப் பதிவு செய்யலாம்.

மண்டேலா கைதும் எதிர்பாராத விடுதலையும்

சரியாக ஆறு மாதம் கழித்து 5 டிசம்பர் 1955 அன்று நள்ளிரவு நெல்சன் மண்டேலா உள்ளிட்ட ஆப்பிரிக்க தேசிய காங்கிரஸ் மூத்த தலைவர்கள் அனைவரும் ஒட்டுமொத்தமாக கைது செய்யப்

பட்டனர். வீடு வீடாகச் சோதனை நடத்தியதில் விடுதலைச் சாசனப் படிவங்களைக் கையில் வைத்திருந்தோர் மற்றும் அது பற்றி விவாதித் தோர் அனைவரையும் ஒருவர் விடாமல் கைது செய்து, சிறையில் அடைத்தனர்.

மண்டேலாவின் மீதுள்ள பிரத்யேக வழக்குகள் காரணமாக அவர் மட்டும் தனிமைச் சிறையில் அடைக்கப்பட்டார். விடுதலைச் சாசனம் அரசுக்கு எதிரான மிகப் பெரிய புரட்சியை தூண்டக் கூடிய கருத்துகள் அடங்கிய தீவிரவாதப் பிரசுரம் என்று அரசு அறிவித்தது. எனவே, அதை கையில் வைத்திருப்போரும் தீவிரவாதிகளே என்று பொது மக்களை பயமுறுத்தியது.

தென் ஆப்பிரிக்க அரசியல் வரலாற்றில் முன்பு எப்போதுமே நடந்திராத வகையில் ஆண்டு முழுவதும் இந்தத் தேடுதல் வேட்டையை அரசு நடத்தியது. அரசின் அடக்குமுறை, அச்சுறுத்தல் காரணமாக பலர் பயந்து ஒதுங்கிக் கொண்டனர். பலர் மீது வழக்கே பதிவு செய்யப்படவில்லை. ஆனால் சிறையிலேயே சித்தரவதைக்கு ஆளாகிக் கொண்டிருந்தனர். அரசின் அடக்குமுறைக்குப் பயந்து பலர் மன்னிப்புக் கேட்டு ஒதுங்கிக் கொண்டனர்.

இறுதியில் 156 நபர்கள் மட்டுமே பகிரங்கமாக குற்றத்தை ஒப்புக் கொண்டு எந்த விசாரணைக்கும் தயார் என்று உறுதியுடன் நின்றனர். இவர்கள் அனைவர் மீதும் வழக்குகள் பதிவு செய்யப்பட்டன. 19 டிசம்பர் 1956 அன்று விசாரணை தொடங்கியது. முதல் நாளே மைக்ரோஃபோன் சரியாக வேலை செய்யாததால் நீதிமன்ற விசாரணை அடுத்த நாளுக்கு ஒத்தி வைக்கப்பட்டது. குற்றம் சாட்டப்பட்ட அனைவரும் விலங்குகளைப் போன்று கம்பி வேலிக்குள் அடைக்கப்பட்டனர். இதற்கு வழக்கறிஞர்கள் ஆட்சேபம் தெரிவித்ததால் வேலி அகற்றப்பட்டது.

இந்த வழக்கு வாய்தா மேல் வாய்தா வழியாகத் தொடர்ச்சியாக இழுத்தடிக்கப்பட்டது. 1956 -ஆம் ஆண்டு பதிவு செய்யப்பட்ட வழக்கு 1961 -ஆம் ஆண்டு வரை, சுமார் ஐந்து ஆண்டுகள் நடந்தது. நீதிமன்றங்களுக்கு நடையாய் நடந்தே பலர் ஏழைகளாயினர். பலருக்கு வேலை போயிற்று. ஐந்து ஆண்டு காலம் நீடித்த வழக்கு,

ஒரு வழியாக முடிவுக்கு வந்தது. குற்றம் சாட்டப்பட்ட 156 பேரில் 126 பேர் மீதான குற்றங்கள் நிரூபிக்கப்படாததால், நீதிமன்றம் அவர்களை விடுதலை செய்தது. மண்டேலா உள்பட மீதம் முப்பது பேர் மீதான குற்றங்கள் மட்டும் சந்தேகத்துக்கு இடமின்றி நிரூபணம் ஆனது.

மண்டேலா அளித்த மிகப் பெரிய வாக்குமூலம் பதிவு செய்யப் பட்டது. சுமார் 441 பக்கங்கள் கொண்ட வாக்குமூலத்தைப் பதிவு செய்து, ஜோகன்ஸ்பர்க் நீதிமன்றம் சாதனை படைத்தது. மண்டேலா திறமையான பேச்சாளர் என்பதால் தனது கட்சியின் கொள்கையை வலியுறுத்தியும், அதே சமயம் நகைச்சுவை உணர்வுடன் பிரிட்டிஷ் அரசைக் தாக்கியும் அவர் கொடுத்த வாக்குமூலம் உலக அரங்கில் அவருக்கு மிகப் பெரிய கௌரவத்தைத் தேடித் தந்தது.

1961 மார்ச் மாதம் தீர்ப்பு வழங்கப்படும் என்று நீதிமன்றம் தெரிவித்திருந்தது. அனைவரும் தீர்ப்பு வெளியாகும் நாளை அச்சத் துடனும், எதிர்பார்ப்புடனும் காத்திருந்தனர். அனைவருக்கும் மரண தண்டனை கிடைக்கும் என்ற கருத்து பரவலாக இருந்தது. ஆனால் நீதிபதி அளித்த தீர்ப்பு அனைவரையும் திகைப்பில் ஆழ்த்தியது.

குற்றச்சாட்டை நிரூபிக்க சரியான ஆதாரங்களைத் திரட்ட அரசு தவறி விட்டதால், மண்டேலா உள்பட குற்றம் சுமத்தப்பட்ட அனைவரையும் விடுதலை செய்கிறேன் என்று நீதிபதி தீர்ப்பளித் தார். மண்டேலா உள்ளிட்ட முப்பது பேரும் விடுதலையானது கருப்பின மக்கள் மத்தியில் மகிழ்ச்சி அலைகளைப் பரப்பியது.

❐

10

முதல் மனைவி விவாகரத்து மற்றும் வின்னியுடன் திருமணம்

மண்டேலா ஜோகன்ஸ்பர்க் வந்து சேர்ந்த நேரம் கருப்பின மக்களுக்கு விடியலைத் தரப்போகும் நல்ல நேரமாக மாறத் தொடங்கியிருந்தது. கருப்பின மக்கள் கல்வி அறிவு பெறத் தொடங்கிய காலம் அது. எனவே, சுரங்கங்களில் வேலை பார்க்க மட்டுமின்றி, கௌரவமான வேலை தேடியும் ஜோகன்ஸ்பர்க் நோக்கி மக்கள் குவியத் தொடங்கினர். கல்வியறிவு பெறத் தொடங்கியதால் வெள்ளையர் ஆதிக்க வெறி, கருப்பின மக்களை அடிமைகளாக நடத்தும் விதம் ஆகியவை குறித்த அரசியல் விழிப்புணர்வும் மக்களுக்கு ஏற்பட ஆரம்பித்தது. சுதந்திரம், சுயமரியாதை, விடுதலை வேட்கை போன்ற புதிய சிந்தனைகள் அவர்கள் மனத்தில் ஆழமாகப் பதியத் தொடங்கின.

ஜோகன்ஸ்பர்க் நகருக்கு வெளியே ஆர்லண்டோ கிழக்குப் பகுதியில் இரு அறைகள் கொண்ட சிறிய வீட்டில் மண்டேலா - இவெலின் டோகோ மேசே தம்பதியினர் தங்கள் குடும்ப வாழ்க்கையை ஆரம்பித்தனர். திருமணம் ஆன ஓராண்டில் அவர்களுக்கு ஆண் குழந்தை பிறந்தது. தொடர்ந்து மேலும் மூன்று குழந்தைகளும்

பிறந்தன. சிறிய வயது முதற்கொண்டே மண்டேலாவுக்கு விளையாட்டுக்களில் ஆர்வம் உண்டு என்பதை முன்பே பார்த்தோம். ஆகவே, தனது குழந்தை களையும் விளையாட்டுகளில் ஈடுபட வைத்தார். அவருக்குக் குத்துச் சண்டை வீரனாக வேண்டும் என்ற ஆசை இருந்தது. பல்வேறு காரணங்களால் அது முடியாமல் போனது. என்றாலும், அந்த விளையாட்டின் மீதான பற்று அகலவில்லை.

உள்ளூரில் நடைபெற்ற குத்துச் சண்டை போட்டிகளுக்குத் தன்னுடைய குழந்தைகளுடன் செல்வதை வழக்க மாகக் கொண்டிருந்தார். தனது பெற்றோரும், ஊர்ப் பெரியவர்களும் வெள்ளையர் மற்றும் கருப்பர்களுக்கு இடையே நடைபெற்று வரும் மோதல்கள் பற்றித் தனக்கு கூறிய செய்திகளை எல்லாம் தனது பிள்ளைகளுக்குக் கூறினார் மண்டேலா. தன்னைப் போலவே கருப்பர்களுக்கு ஆதரவாகப் போராடும் குணம் அவர்களுக்கு வர வேண்டும் என்று விரும்பினார்.

தொடக்கத்தில் குடும்பத்தையும் அரசியலையும் சமமாக பாவித்து வந்த நிலை மாறி, பெரும்பாலான நேரத்தைக் கட்சி அலுவலகத்தி லேயே கழிக்கும் நிலைக்குத் தள்ளப்பட்டார் மண்டேலா. அதனால் அவருக்கும் அவருடைய குடும்பத்துக்கும் இடையே மெல்ல மெல்ல இடைவெளி உருவாகத் தொடங்கியது. வீட்டை விட்டு நாள் கணக்கில், மாதக் கணக்கில் என்று வெளியிடங்களில் தங்கியிருக்கும் சூழல் ஏற்பட்டது.

தன்னுடைய கணவன் தனக்கு அருகிலேயே இருக்க வேண்டும் என்று உலகில் உள்ள எல்லாப் பெண்மணிகளும் ஒரே மாதிரியாகத் தான் எண்ணுவார்கள் போலிருக்கிறது? நாளடைவில் கணவன் -

மனைவி இருவரும் சந்தித்துக் கொள்வதே அபூர்வமாகியது. பொறுத்துப் பார்த்த மண்டேலாவின் மனைவி எவிலின் இறுதியில் பொங்கி எழுந்தார். மண்டேலாவிடம் புலம்பித் தள்ளினார். ஆனால் குடும்பத்தை விட தனக்கு நாடுதான் முக்கியம் என்பதில் மண்டேலா உறுதியுடன் இருந்தார். தம்பதிகளுக்கு இடையே கருத்து வேறுபாடுகள் ஏற்பட்டன.

இருவரையும் சமாதானப்படுத்த உறவினர்கள், பெரியவர்கள் என அனைவரும் முயற்சி செய்தனர். பரஸ்பரம் ஒத்துவராத நிலையில் 1957ல் மண்டேலா தம்பதிகள் விவாகரத்து பெற்றனர்.

வின்னியைச் சந்தித்தார் மண்டேலா

பொது வாழ்க்கையில் ஈடுபடத் தொடங்கிய நாள் முதல் மண்டேலா தனது தனிப்பட்ட வாழ்க்கையை இழக்கத் தொடங்கினார் என்று தான் கூறவேண்டும். அதன் காரணமாகவே அவரது முதல் திருமண வாழ்க்கை விவாகரத்தில் முடிந்தது. என்றாலும், வழக்கறிஞராக டாம்போவுடன் இணைந்து அவர் தொடங்கிய அலுவலகத்தில், எப்போதும் கூட்டம் இருந்து கொண்டே இருந்தது. அவரது வாதத் திறமை காரணமாக அவர் ஆஜரான அனைத்து வழக்குகளிலும் வெற்றி பெற்றார். குறுகிய காலத்திலேயே சிறந்த வழக்கறிஞர் என்ற பெருமையையும் பெற்றார். மண்டேலா ஆஜராகி வாதாடுகிறார் என்றாலே அன்றைக்கு நீதிமன்றத்தில் கூட்டம் அலைமோதும்.

முதல் திருமணம் முறிந்து போன நிலையில் மண்டேலா வாழ்க்கை யில் மீண்டும் வசந்தம் வீசத் தொடங்கியது. நீதிமன்றம், வழக்கு என்று அலைந்து கொண்டிருந்த மண்டேலாவின் வாழ்க்கையில் நொம்சாமோ வின்னிஃபிரெட் மடிகிஜெலா (Winnie Madikizela) என்ற பெண் தென்றலாக நுழைந்தார். 'நொம்சாமோ' என்றால் 'பாடு படுபவர்' என்று பொருள். பெயரின் பொருளுக்கு ஏற்றவாறு கடுமையான உழைப்பாளியாகத் திகழ்ந்தார்.

மண்டேலாவின் நண்பர் டாம்போவின் சொந்த ஊரைச் சேர்ந்தவர் வின்னி. மலைகளுக்கும் கடலுக்கும் இடையே உள்ள இந்த பின் தங்கிய கிராமத்தில் 26 செப்டம்பர் 1936 அன்று வின்னி பிறந்தார்.

வீட்டுக்கு ஒன்பதாவது குழந்தை. பெரிய குடும்பம் என்பதால் வீட்டில் வறுமை தாண்டவமாடியது. காலுக்குச் செருப்புகூட இல்லாமல் ஆடு, மாடுகளை மேய்த்துக் கொண்டும், பால் வினியோகம் செய்து கொண்டும் ஏழை வீட்டு மகளாகவே வளர்ந்தார்.

பருவ வயதை எட்டியவுடன் வின்னிக்கு கிராமத்திலேயே மாப்பிள்ளை பார்க்கும் படலத்தை ஆரம்பித்தார்கள். திருமணம் செய்து கொண்டு, கிராமத்திலேயே முடங்கிக் கிடக்க வின்னி விரும்பவில்லை. நிறைய படிக்க வேண்டும். பாதிக்கப்பட்ட தனது இனத்தை முன்னுக்குக் கொண்டுவர வேண்டும், வெள்ளையரின் ஆதிக்கத்தை எதிர்த்துப் போராடி, நாட்டுக்கு சுதந்திரம் வாங்கித் தர வேண்டும் என்ற வெறியும் லட்சியமும் அவரிடம் இருந்தது. எனவே, கிராமத்தை விட்டு வெளியேறி ஜோகன்ஸ்பர்க் நோக்கிப் பயண மானார்.

வின்னியின் குடும்பம் ஏழைக் குடும்பம்தான். ஆனால் படித்தவர்கள் நிரம்பியது. வின்னியின் பெற்றோர் பள்ளிக்கூடத்தில் ஆசிரியர் களாக இருந்தனர். எனவே வின்னி மற்ற ஏழைக் குழந்தைகளை விட படித்த குழந்தையாக விளங்கியதில் ஆச்சரியம் எதுவும் இல்லை. ஜோகன்ஸ்பர்க் சென்ற வின்னி, அங்கு சமூக அறிவியலைப் பாட மாக எடுத்துப் படித்தார். நன்றாகப் படித்ததால் அவருக்கு உதவித் தொகையும் கிடைத்தது. அமெரிக்கா சென்று படிக்கவும் அவருக்கு வாய்ப்பு கிடைத்தது. ஆனால் தனது மேல் படிப்பை விட கருப்பின மக்களின் விடுதலைதான் முக்கியம் என்று கருதிய வின்னி, தனக்குக் கிடைத்த வாய்ப்பை ஏற்க மறுத்து விட்டார். சமூக அறிவியலில் பட்டம் பெற்ற முதல் கருப்பர் என்ற பெருமை வின்னியையே சாரும்.

வின்னியும் டாம்போவும் ஒரே ஊர்க்காரர்கள் என்பதால் வின்னி அவரது அலுவலகத்துக்கு அடிக்கடி வருவார். மண்டேலாவும் அதே அலுவலகத்தில் இருந்ததால் வின்னி ஒவ்வொரு முறை வரும்போதும் மண்டேலாவைச் சந்திப்பார். பரஸ்பரம் புன்னகையில் தொடங்கி, பின்னர் நட்பாக மாறியது. கருப்பின மக்களின் விடுதலை மட்டுமே இருவருக்கும் இலக்காக இருந்தது. அவர்களுடைய எண்ண ஓட்டங்களும் ஒரே அலைவரிசையில் இருந்தன. இருவருக்கும்

பொதுவான நண்பராக டாம்போ இருந்தார். அது, இருவருடைய நட்புக்கும் வசதியாக இருந்தது. அலுவலகமே அவர்கள் சந்திக்கும் பூங்காவானது. நட்பு மெல்ல மெல்ல வளர்ந்து, காதலாக மலர்ந்தது.

1957 மார்ச் இறுதியில் இருவரும் திருமணம் செய்து கொள்ள முடிவெடுத்தனர். மனதில் ஆசை இருந்தாலும் வின்னியை மணந்து கொள்ள மண்டேலாவிற்கு தயக்கம் இருந்தது. மண்டேலா மீது அப்போது வழக்கு விசாரணை நடந்து கொண்டிருந்தது. (மண்டேலா மீதான குற்றத்தை காவல்துறை உரிய சாட்சிகளுடன் நிரூபிக்கத் தவறியதால் அவரை 1961இல் நீதிமன்றம் விடுதலை செய்த விவரங் களை ஏற்கனவே பார்த்தோம்). திருமணத்திற்கு அதுவே பெருந் தடையாக இருந்தது. தான் குற்றவாளி என்பது நிரூபணமானால் நீண்ட காலம் சிறையிலேயே இருக்க வேண்டி வரும் என்பதை வின்னிக்கு உணர்த்தினார். அதே சமயம் விடுதலை செய்யப்பட்டால் நிலைமை இன்னும் மோசமாகும் என்றும் ஆயுள் முழுவதும் போலீசாரின் கண்காணிப்பிலேயே தனது வாழ்க்கை முடிந்து விடும் என்பதையும் வலியுறுத்தினார். தன்னைத் திருமணம் செய்து கொள் வதற்கு முன்பு நன்கு யோசித்து தீர்க்கமான ஒரு முடிவிற்கு வர வேண்டும் என்று வேண்டுகோள் விடுத்தார்.

மண்டேலாவைத் திருமணம் செய்து கொள்வதில் வின்னி உறுதி யாக இருந்தார். ஏதேனும் போராட்டத்தில் ஈடுபட்டு, சிறை செல்ல வேண்டி வந்தாலும், அவர் சிறையிலிருந்து மீளும் வரை காத்திருக்கத் தயார் என்றும் கூறினார் வின்னி. ஆனால் வின்னியின் சித்திக்கு (வின்னிக்கு ஒன்பது வயதாகும்போது தாய் இறந்து விட்டார்) இந்தத் திருமணத்தில் விருப்பமே இல்லை. ஒரு சராசரி பெண்ணின் திருமண வாழ்க்கைபோல் வின்னியின் திருமண வாழ்க்கை இருக்காது என்று திடமாக நம்பினார். மண்டேலாவின் நல்ல நேரமோ, வின்னியின் நல்ல நேரமோ, மண்டேலா விடுதலை ஆனதால், இனி திருமணம் செய்து கொள்ளத் தடையேதும் இல்லை.

திருமண ஏற்பாடுகளை இருவரும் சேர்ந்தே செய்தனர். நம்மூரில் மாப்பிள்ளைக்குத்தான் பெண் வீட்டார் வரதட்சணை கொடுப் பார்கள். ஆனால் ஆப்பிரிக்கப் பழங்குடி இனத்தில் பெண்ணைப்

பெற்றவர்களுக்கு மாப்பிள்ளைதான் ‘போபோலா’ என்னும் வரதட்சணையைக் கொடுக்க வேண்டும். அது ஆடு அல்லது மாடு அல்லது ரொக்கப் பணமாக இருக்கலாம். பெண்ணின் தகுதிக்கு ஏற்ப வரதட்சணைத் தொகை மாறுபடும். இது மாப்பிளைக்கும், மாமனாருக்கும் இடையே நடக்கும் ரகசியப் பரிவர்த்தனை என்பதால், மணப்பெண்ணுக்குக் கூட அதைப் பற்றிய விவரம் தெரியாது.

மண்டேலா விடுதலை ஆனாலும், அவர் ஜோகன்ஸ்பர்க்கை விட்டு வெளியேறுவதற்குத் தடை இருந்தது. ஆனால் தனக்கு திருமணம் என்பதை ஆதாரமாகக் காட்டி ஜோகன்ஸ்பர்க் நகரை விட்டுக் கிராமத்துக்குச் செல்ல மண்டேலா அனுமதி கேட்டிருந் தார். திருமண வேலை தவிர வேறு எந்தக் காரியத்திலும், குறிப்பாக கூட்டம் கூட்டுவது, அரசியல் பேசுவது எதுவும் செய்யக்கூடாது என்ற நிபந்தனையுடன் அரசு அவருக்கு அனுமதி அளித்தது. 14 ஜுன் 1958 அன்று வின்னி பிறந்த ஊரில் மண்டேலா - வின்னி திருமணம் மிக எளிய முறையில் நடந்தேறியது.

ஆப்பிரிக்க பழங்குடி இனத்தில் திருமணம் பெண் ஊரில் ஒரு முறையும், மாப்பிள்ளை ஊரில் ஒரு முறையும் நடக்கும். ஆனால் மண்டேலாவின் மீதான வேறொரு வழக்கு அடுத்த நாளே விசாரணைக்கு வந்ததால், மண்டேலாவின் சொந்த ஊரில் இரண்டாம் முறை திருமணத்தை நடத்த இயலவில்லை. அடுத்த நாளே ஜோகன்ஸ்பர்க் புறப்பட்டனர்.

சொவேடா நகரில் இருவரும் வீடு பார்த்து, தங்கள் புதிய வாழ்க்கையைத் தொடங்கினர். பெரிய வசதிகள் எதுவும் இல்லை. அதே சமயம், குடும்பம் நடத்துவதற்குத் தேவையான அடிப்படை வசதிகள் இருந்தன. குறிப்பாக, அந்தக் காலத்தில் இவர்கள் வீட்டில் மின்சாரம் இருந்தது. மண்டேலாவின் முதல் மனைவியின் மூலம் பிறந்த குழந்தைகள் வார இறுதியில் அப்பாவைச் சந்திப்பதை வழக்க மாகக் கொண்டிருந்தனர். 1959 இல் ஜென்னியும், 1960 இல் ஜிந்த்ஜீ என்னும் இரு பெண் குழந்தைகள் மண்டேலா - வின்னி தம்பதிக்குப் பிறந்தன.

ப்ரிடோரியாவில் வழக்கு நடைபெற்றதால் அதிகாலை நான்கு மணிக்கே எழுந்து ஓட வேண்டிய கட்டாயத்தில் மண்டேலா இருந்தார். காலை சிற்றுண்டி, மதிய உணவு, இரவு உணவு என மூன்று வேளையும் வெளியே சாப்பிட வேண்டிய நிலை அவருக்கு. வார இறுதியில் வீட்டுக்கு வந்து கொண்டிருந்த மண்டேலா, சில மாதங்களுக்குப் பிறகு அதையும் நிறுத்த வேண்டிய நிர்பந்தத்துக்கு உள்ளானார். நீதிமன்ற வழக்குகள், கட்சிப் பணி என அவருக்கு நாள் முழுவதும், வாரம் முழுவதும், மாதம் முழுவதும் என்று தொடர் வேலை. வின்னி மற்றும் குழந்தைகளைச் சந்திப்பதே அபூர்வமாகிப் போனது.

கட்சிப் பணிகளில் தீவிரம் காட்டியதால் அவரது வழக்கறிஞர் தொழில் கொஞ்சம் பாதிக்கப்பட்டது. வாடிக்கையாளர்கள் அழைத்த நேரத்தில் செல்ல முடியாது போனதால், அவர்கள் வேறு வழக்கறிஞர்களைத் தேடிச் செல்ல ஆரம்பித்தனர். ஆனாலும் ஐம்பதுகளின் இறுதியில் தென் ஆப்பிரிக்காவின் மிகப் பெரிய தலைவராக நெல்சன் மண்டேலா உருவெடுத்திருந்தார்.

கருப்பின மக்கள் தென் ஆப்பிரிக்காவின் குடிமகன்களாக அல்லாமல், சாதாரண பழங்குடி இனத்தவராகவே இருக்க வேண்டும் என்பதுதான் ஆட்சியாளர்களின் எண்ணம். மண்ணின் மைந்தர்களான கருப்பின மக்களுக்கு நாட்டின் மொத்த நிலப்பரப்பில் 13 சதவிகிதத்தை மட்டும் ஒதுக்கி, அங்குதான் அவர்கள் அனைவரும் வாழ வேண்டும் என்று அரசாணை இயற்றப்பட்டது.

நகர எல்லைகளுக்கு அப்பால் வெகு தொலைவில் மலை அடிவாரங்களிலும், காட்டுப் பகுதிகளிலும்தான் அவர்களுக்கான இடம் தேர்வு செய்யப்பட்டது. தங்களுக்கான குடியிருப்புப் பகுதிகளையும், வேலை வாய்ப்புகளையும் அவர்களே உருவாக்கிக் கொள்ள வேண்டும் என்று அறிவுறுத்தப்பட்டனர். ஒரே இடத்தில் பல்வேறு குடும்பங்களாக இருந்த கருப்பர்கள் பிரிக்கப்பட்டு, வேறு வேறு இடங்களில் குயமர்த்தப்பட்டனர்.

மீதமுள்ள 87 சதவிகித நிலப்பரப்பு முழுக்க முழுக்க பிரிட்டிஷாருக்குச் சொந்தமாக்கப்பட்டது. கருப்பர்களுக்கு அங்கே குடியிருக்க அனுமதி கிடையாது. உள்ளே நுழைவதற்குக் கூட முன் அனுமதி பெற வேண்டும். தக்க சான்றுகளுடனும், அடையாள அட்டைகளுடனும் வருபவர்களுக்குத்தான் பிரிட்டிஷ் குடியிருப்புகளில் நுழைவதற்கு அனுமதி தரப்பட்டது. சொந்த நாட்டுக்குள் நடமாடுவதற்குக் கூட அடையாள அட்டைகளும், அந்நியன் என்ற முத்திரையும் குத்தப்பட்ட கொடுமை உலகில் வேறு எங்கேயும் நடந்திருக்குமா என்பது சந்தேகம்.

◻

11

உடைந்தது தென் ஆப்பிரிக்கக் காங்கிரஸ் - ராபர்ட் சொபுக்வே புதுக் கட்சி

அகிம்சை, சத்தியாக்கிரகம், ஒத்துழையாமை போன்ற சாத்வீக நடவடிக்கைகள் எதுவும் பெரிய பலனைக் கொடுக்காதது இளைஞர்கள் மத்தியில் அதிருப்தியை ஏற்படுத்தியிருந்தது. அவர்கள் விரும்பியது அதிரடி நடவடிக்கை. விளைவு, ஆப்பிரிக்க தேசிய காங்கிரஸ் இளைஞர்கள் மத்தியில் தனது ஆதரவை இழந்து கொண்டிருந்தது. ஆப்பிரிக்க தேசிய காங்கிரசின் நடவடிக்கைகளை எதிர்த்துக் குரல் கொடுத்த இளைஞர்களில் ராபர்ட் சொபுக்வே (Robert Sobukwe) முக்கியமானவர்.

1924-ஆம் ஆண்டு தென் ஆப்பிரிக்காவில் உள்ள ப்ராவின்ஸ் முனையில் பிறந்தவர் ராபர்ட் சொபுக்வே. இவரது தந்தை விறகுவெட்டி. ஏழ்மை நிறைந்த குடும்பம். தந்தைக்கு உதவியாக சொபுக்வேவும் காடுகளில் விறகு வெட்டச் செல்வார். கிறித்தவ மிஷினரி தந்த நிதி உதவிகளைக் கொண்டுதான் சொபுக்வே பள்ளிப் படிப்பை முடித்தார்.

1947-ல் கல்லூரிப் படிப்பை முடித்த கையோடு ஆப்பிரிக்க தேசிய காங்கிரசில் சேர்ந்தார். இவரது தீவிரக் கட்சிப் பணியின் காரணமாக இளைஞர் அணியின் முக்கியப் பொறுப்பு வழங்கப்பட்டது.

இளைஞர் என்பதால் இயற்கையாகவே எல்லாவற்றிலும் வேகம் காட்டினார். மிதவாதம், சத்தியாகிரகம் போன்றவற்றில் இவருக்கு நம்பிக்கை இல்லை. முள்ளை முள்ளால்தான் எடுக்க வேண்டும் என்பது இவரது கொள்கை. அராஜக ஆட்சி நடத்தும் பிரிட்டிஷாரின் ஆட்சியை அகற்ற தீவிரவாதம்தான் ஒரே வழி என்பதில் உறுதி யுடன் இருந்தார். அதன் காரணமாகவே இவருக்கும், கட்சித் தலைமைக்கும் அடிக்கடி கருத்து வேறுபாடுகள் ஏற்பட்டன. நாளடைவில் அது முற்றியது. குறிப்பாக மண்டேலாவுக்கும் அவருக்கும் மோதல்கள் அதிகரித்தன.

பிரிட்டிஷாருக்கு எதிராக வலுவான போராட்டங்களை ஆப்பிரிக்க தேசியக் காங்கிரஸ் கட்சி முன்னெடுக்கத் தவறிவிட்டது என்ற ராபர்ட் சொபுக்வே, கட்சித் தலைமை மீது தனது அதிருப்தியை வெளியிட்டு பத்திரிகைகளுக்குப் பேட்டி அளித்தார். கட்சிக் கட்டுப்பாட்டை மீறிவிட்டார் என்று சொன்ன கட்சித் தலைமை, அது குறித்து அவரிடம் விளக்கம் கேட்டது.

விளக்கம் கொடுப்பதற்குப் பதிலாக, கட்சித் தலைமை மீதே பல்வேறு குற்றச்சாட்டுகளைச் சுமத்தி பதில் விளக்கம் கேட்டார் சொபுக்வே. ஆனால் கட்சித் தலைமை அவருக்கு எந்தவிதமான விளக்கத்தையும் அளிக்கத் தயாராக இல்லை. கட்சிக்கு எதிராகப் போர்க்கொடி உயர்த்திய காரணத்துக்காக அவரைக் கட்சியில் இருந்து நீக்க முடிவு செய்தது. அதற்கான தருணத்தை எதிர்பார்த்துக் காத்திருந்தது. எதிர்பார்த்த பதில் கிடைக்காத நிலையில் 1959 ஆம் ஆண்டு ராபர்ட் சொபுக்வே ஆப்பிரிக்க தேசிய காங்கிரஸ் கட்சியில் இருந்து விலகினார். தனது ஆதரவாளர்களுடன் சேர்ந்து பான் ஆப்பிரிக்கன் காங்கிரஸ் (Pan African Congress) என்னும் புதிய கட்சியைத் தோற்றுவித்தார்.

தென் ஆப்பிரிக்க காங்கிரசில் இருந்தபோதே சொபுக்வேவுக்கும், மண்டேலாவுக்கும், அடிக்கடி கருத்து மோதல்கள் வெடித்தன. தென் ஆப்பிரிக்காவில் குடியிருக்கும் கருப்பர், வெள்ளையர் உள்ளிட்ட அனைவருக்கும் தென் ஆப்பிரிக்கா சொந்தம் என்பது மண்டேலாவின் கருத்து. ஆனால் தென் ஆப்பிரிக்கா மண்ணின்

மைந்தர்களான கருப்பின மக்களுக்கு மட்டுமே சொந்தம். வியாபாரம் செய்ய வந்த வெள்ளையர்களுக்கு இங்கு இடமில்லை என்பது சொபுக்வேவின் வாதம்.

மண்டேலா உருவாக்கிய விடுதலை சாசனத்தின் பல வாசகங்களை நீக்க வேண்டும் என்று அப்போதே சொபுக்வே குரல் கொடுத்தார். இப்போது புதிய கட்சியைத் தோற்றுவித்து மக்களிடையே பேசிய சொபுக்வே அகிம்சைப் போராட்டங்கள் பலனளிக்காது என்பதை விளக்கும் வகையில் பேசினார்.

"வெள்ளையர்கள் நமக்கு எஜமானர்கள் என்ற எண்ணத்தை முதலில் மனதில் இருந்து விரட்ட வேண்டும், நாம் வெள்ளையர்களுக்கு அடிமை இல்லை. நமக்கும் தன்மானம், சுய-கௌரவம் இருக்கிறது. ஒத்துழையாமை, சத்தியாகிரகம் உள்ளிட்ட அமைதியான கொள்கைகளை நாம் கடைப்பிடிப்பதால்தான், வெள்ளையர்கள் துப்பாக்கிச்சூடு, தடியடி, சிறைச்சாலை என பல்வேறு அடக்குமுறைகளைக் கையாள்கின்றனர். ஆட்சியில் உள்ள எந்த அரசுமே தானாகவே விலகியதில்லை. மக்கள் எதிர்ப்பு, கிளர்ச்சி

ஆகியவற்றுக்குப் பயந்துதான் ஆட்சியை விட்டு இறங்கியுள்ளன. எனவே, அமைதியான முறையில் போராடினால், வெள்ளையர்கள் சுதந்திரம் தருவார்கள் என்பது வெறும் பகல் கனவு. நிச்சயம் அது போன்ற சம்பவம் தென் ஆப்பிரிக்காவில் நடக்காது" என்றார்.

அவருடைய பேச்சுகளின் காரணமாக இளைஞர்களின் மனம் மாறத் தொடங்கியது. விளைவு, ஆட்சியாளர்களின் அடக்கு முறைக்கு எதிராக மிதவாதப் போக்கைக் கடைப்பிடித்து வந்த ஆப்பிரிக்க தேசிய காங்கிரஸ் மீது மக்களுக்கு அதிருப்தி ஏற்பட ஆரம்பித்தது. சொபுக்வேவின் அதிரடி பேச்சுகள் மக்களை ஈர்த்தன. வெள்ளையர்களை விரட்டவும், தென் ஆப்பிரிக்கா சுதந்திரம் பெறவும் சொபுக்வே தலைமையிலான தீவிரவாதம் ஒன்றுதான் சிறந்த வழி என்ற முடிவுக்கு இளைஞர்களில் ஒரு பிரிவினர் வந்தனர்.

சொபுக்வே பிரபலம் அடைந்து வருவதைக் கண்ட ஆப்பிரிக்க தேசிய காங்கிரஸ் பொதுமக்கள் ஆதரவைத் தக்க வைத்துக் கொள்ள பல்வேறு திட்டங்களை வகுத்தது. முதற்கட்டமாக 31 மார்ச் 1960 ஆம் ஆண்டு மிகப் பெரிய பொதுக் கூட்டத்துக்கு ஏற்பாடு செய்தது. ஆப்பிரிக்க தேசிய காங்கிரசின் நடவடிக்கைகளை முறியடிக்க, சொபுக்வே தனது ஆதரவாளர்களின் ரகசியக் கூட்டத்தைக் கூட்டி ஆலோசனைகள் நடத்தினார்.

அதில் பல முக்கிய முடிவுகள் எடுக்கப்பட்டன. இறுதியில் ஆப்பிரிக்க தேசிய காங்கிரசின் மார்ச் 31 கூட்டத்துக்குப் பதிலடி கொடுக்கும் வகையில், பத்து நாட்களுக்கு முன்பாக மார்ச் 21 அன்றே பான் ஆப்பிரிக்கன் காங்கிரசின் பொதுக் கூட்டத்தை நடத்த முடிவு செய்தனர். தென் ஆப்பிரிக்க கருப்பின மக்களின் சுதந்திரப் போராட்ட வரலாற்றில் இந்த நாள் மிகப்பெரிய திருப்புமுனை.

இருப்பினும், பிரம்மாண்டமாக உருவெடுத்திருந்த மண்டேலாவை எதிர்த்தும், அவரைத் தாண்டியும், சொபுக்வேயால் பெயரையும், புகழையும் தக்க வைத்துக் கொள்ள முடியவில்லை. தென் ஆப்பிரிக்கா கருப்பின மக்களுக்கே சொந்தம். வெள்ளையர்களுக்கு இடமில்லை என்ற கொள்கை காரணமாகவும், அரசுக்கு எதிராக

ஹார்ப்வில்லியில் வன்முறையைத் தூண்டியதற்காகவும், ஆங்கிலேய அரசு அவரை 1960 முதல் 1970 வரை தனிமைச் சிறையில் அடைத்தது.

கடுமையாக நோய்வாய்ப்பட்ட காரணத்தால் 1970 முதல் வீட்டுச் சிறையில் அடைக்கப்பட்டார். 1978இல் மரணத்தைத் தழுவினார்.

◻

12

ஷார்ப்வில்லியில் (Sharpeville) மீண்டும் ஒரு ஜாலியன் வாலாபாக் படுகொலை

செயல்பாடின்றி நீண்ட காலம் அமைதியாக இருந்தால், ஏஎன்சி என்ற ஒரு கட்சி இருப்பதே மக்களுக்கு மறந்துவிடும் என்பதால் மீண்டும் ஒரு போராட்டத்தை அறிவித்து மக்கள் மத்தியில் எழுச்சியை ஏற்படுத்த மண்டேலா முடிவெடுத்தார். 1960 இந்தியா வில் 'அந்நியப் பொருட்கள் பகிஷ்கரிப்பு' போராட்டத்தின்போது வெளிநாட்டுப் பொருட்களை தெருக்களில் குவித்து எரித்ததுபோல் தென் ஆப்பிரிக்காவில் நடைபெறும் போராட்டம் 'கடவுச் சீட்டு களைக் கொளுத்தும்' போராட்டமாக அமையும் என அறிவித்தார். மார்ச் 31 முதல் ஜூன் 26 வரை என தேதிகளும் குறிக்கப்பட்டன. கட்சியிலிருந்து பிரிந்து சென்ற பேன் ஆப்பிரிக்கன் காங்கிரஸ் கட்சி யும் போராட்டத்தில் கலந்து கொள்ளலாமென ஏஎன்சி அழைப்பு விடுத்தது.

ஆனால் பேன் ஆப்பிரிக்கன் காங்கிரஸ் தலைவர் சொபுக்வே 'கடவுச் சீட்டு எரிப்பு' போராட்டத்தை பத்து நாள்கள் முன்னதாக அதாவது மார்ச் 21 -ஆம் தேதி தனியாக நடத்துவோம் என அறிவித்தார். அவரது அழைப்பை ஏற்று, டிரான்ஸ்வால் மாகாணம் ஷார்ப்பிவில்லி நகர காவல் நிலையம் முன்பு மார்ச் 21 அன்று அறப் போராட்டத்தில்

ஈடுபட ஆயிரக்கணக்கில் மக்கள் குவிந்தனர். கருப்புச் சட்டங் களுக்கு எதிராகக் கண்டனக் குரல் எழுப்பினார்கள்.

ஷார்ப்பிவில்லி காவல் நிலையத்திற்குள் அத்துமீறி நுழைந்தனர் என்பது சிலரது கருத்து. இன்னும் சிலரோ அமைதியான போராளிகள் கூட்டத்திற்குள் அரசு ஏற்பாடு செய்திருந்த நபர்கள் கூட்டத்தோடு கூட்டமாகக் கலந்து காவல் நிலையத்தின் மீது கற்கள் எறிந்தனர் என்றார்கள். எது எப்படியோ, காவல் நிலையம் மீது கற்கள் விழுந்த வுடன், இதற்காகவே காத்திருந்ததுபோல், எந்த எச்சரிக்கையும் விடாமல், கண்ணீர் புகை குண்டுகளையும் வீசாமல், கூட்டத்தின் மீது நேரடியாக துப்பாக்கி சூடு நடத்த அதிகாரிகள் உத்தரவிட்டனர்.

அடுத்த சில நிமிடங்களில் அந்த இடமே சுடுகாடானது. 69 நபர்கள் சம்பவ இடத்திலேயே குண்டடிபட்டு இறந்தனர். 180 நபர்கள் படுகாயம் அடைந்தனர். அரசு தெரிவித்த புள்ளி விவரம் இது. 10,000க்கும் அதிகமானோர் மீது நடைபெற்ற கண்மூடித்தனமான துப்பாக்கிச் சூட்டில் 69 மரணம், 180 படுகாயம் என்பது நம்பும் படியாக இல்லை. சாவு எண்ணிக்கை நிச்சயம் 1000ஐத் தாண்டி யிருக்கும். வன்முறையைத் தூண்டிவிடுதல், பொதுச் சொத்துக் களுக்குச் சேதம் விளைவித்தல், உள்நாட்டுப் பாதுகாப்பிற்கு அச்சுறுத்தல் உள்ளிட்ட பல்வேறு குற்றச்சாட்டுகளின் அடிப்படை யில் கைது செய்யப்பட்டு 1960-70 வரை பத்தாண்டுகள் தனிமைச்

சிறையிலும், பின்னர் 1970 முதல் வீட்டுக் காவலிலும் அடைக்கப் பட்டார். உடல்நிலை மோசமாக 1978இல் மரணத்தைத் தழுவினார்.

1960 மார்ச் 26 ஆம் தேதி ஆப்பிரிக்க தேசியக் காங்கிரஸ் கட்சித் தலைவர் லுதுலி, மண்டேலா ஆகியோர் தலைமையில் ஆயிரக் கணக்கானோர் பிரிடோரியாவில் குழுமி கடவுச்சீட்டு என்னும் அடையாள அட்டையைக் தீயிட்டுக் கொளுத்தினார்கள். மார்ச் 21 ஆம் தேதி ஷார்ப்வில்லியில் நிராயுதபாணிகளாகக் கூடியிருந்த மக்களின் மீது துப்பாக்கி சூடு நடத்திக் கொன்றதைக் கண்டித்து கோஷம் எழுப்பினர். ஜோஹனஸ்பர்க், டர்பன், கேப்டவுன், போர்ட் எலிசபெத் ஆகிய நகரங்களில் மக்கள் வெள்ளமெனத் திரண்டனர். ஆங்காங்கே கலவரங்களும் மோதல்களும் வெடித்தன. நிலைமையைக் கட்டுக்குள் கொண்டு வர அரசு அவசர நிலையைப் பிரகடனம் செய்து ராணுவக் கட்டுப்பாட்டின் கீழ் தென் ஆப்பிரிக்காவைக் கொண்டு வந்தது.

அப்புறமென்ன மண்டேலா எதிர்பார்த்ததுபோல் அடுத்த நாள் காலை அவர் கைது செய்யப்பட்டு பிரிடோரியா சிறையில் அடைக்கப்பட்டார். வழக்கு விசாரணைக்கு வந்தது. மண்டேலா ஒரு கம்யூனிஸ்ட் என்பதற்கோ, அரசைக் கவிழ்க்க விடுதலைச் சாசனத்தைத் தயாரித்தார் என்பதற்கோ, நாட்டின் அமைதிக்கு பங்கம் விளைவிக்கும் வகையில் சதித் திட்டம் தீட்டினார் என்பதற்கோ போதிய ஆதாரமில்லை என நீதிமன்றம் முடிவு செய்தது. இவற்றின் அடிப்படையிலும், இனி வன்முறை தவிர்த்து அமைதியான அறவழிப் போராட்டங்களில்தான் ஈடுபடுவேன் என மண்டேலா சாட்சியம் அளித்ததாலும், அவர் விடுதலை செய்யப் பட்டார். எனினும் முன்னெச்சரிக்கை நடவடிக்கையாக ஆப்பிரிக்க தேசிய காங்கிரஸை அரசு தடை செய்து உத்தரவிட்டது.

மண்டேலா மீது சுமத்தப்பட்ட பல்வகைக் குற்றங்களுக்கு போதிய ஆதாரமில்லை என்று நீதிமன்றம் முடிவு செய்து அவரை விடுவித்தாலும் ஆப்பிரிக்க தேசியக் கட்சிக்குத் தடை தொடர்ந்தது.

❒

13

அமைதிப் போராட்டத்திலிருந்து ஆயுதப் போராட்டம்

1960 அக்டோபரில் பிரதமர் வெர்வொயிட் (Hendrik Verwoerd) தென் ஆப்பிரிக்கா குடியரசு ஆவது குறித்த முடிவெடுக்க வாக்கெடுப்பு நடத்த திட்டமிட்டார். வெள்ளையர்கள் மட்டுமே வாக்களிக்க அனுமதிக்கப்பட்ட நிலையில் குடியரசாகப் பெரும் பான்மை ஆதரவு கிடைத்தது. இதனைத் தொடர்ந்து 1961 மே 31 அன்று குடியரசு அறிவிப்பை வெளியிட அரசு முடிவு செய்தது.

வெள்ளையரின் தென் ஆப்பிரிக்கா குடியரசாகும் அதே நாளில், கருப்பின மக்களுக்கான குடியரசு உதயமாவதுடன், விடுதலைச் சாசனம்போல் பிரதயேக அரசியல் அமைப்புச் சட்டத்தையும் உருவாக்க வேண்டும் என்பது மண்டேலாவின் விருப்பம். எனவே, அரசு முடிவைக் கண்டிக்கும் வகையில் மே 29 முதல் 31 வரை அரசு விழாக்களில் கலந்து கொள்ளாமல், கொண்டாடங்களைப் புறக் கணிக்கவும், வேலைக்குச் செல்லாமல் உள்ளிருப்புப் போராட்டம் நடத்தவும் தீர்மானிக்கப்பட்டது.

அரசின் அடக்குமுறைகளை மீறி வேலைக்குச் செல்லாமல் லட்சக் கணக்கான மக்கள் வீட்டிலேயே முடங்கி உள்ளிருப்புப் போராட்

டத்திற்கு மகத்தான ஆதரவளித்தனர். அரசு அலுவலகங்கள், தொழிற்சாலைகள், சாலைகள், பேருந்துகள், ரயில்கள் ஆள் நட மாட்டமில்லாமல் வெறிச்சோடிக் கிடந்தன.

ராணுவம் வரவழைக்கப்பட்டு அமைதியாக வீடுகளில் இருந்த வர்களை வெளியே இழுத்து கைது செய்தது. கண்மூடித்தனமாக அடித்து நொறுக்கியது. கலவரமே நடக்காத நிலையில் கலவரம் நடந்ததுபோல் ஒரு தோற்றத்தை ஏற்படுத்திச் துப்பாக்கி சூடும் நடத்தியது.

நொந்து போனார் மண்டேலா. அமைதியாகப் போராட்டம் நடத்தினாலும் காட்டுமிராண்டிகளைப் போல் மக்கள் மீது அடக்கு முறையை ஏவிய அரசின் நடவடிக்கைகளை அவரால் ஜீரணித்துக் கொள்ள முடியவில்லை. மே 30 இல் நடைபெற்ற செய்தியாளர் சந்திப்பில் தனது ஆதங்கத்தையும், வருத்தத்தையும், கொட்டித் தீர்த்தார். "அமைதியாகப் போராடினாலும் அரசு எங்கள் மீது வன்முறையைக் கட்டவிழ்த்து விடுகிறது. எங்கள் மக்கள் செத்துக் கொண்டிருக்கும்போது அதைத் தட்டிக் கேட்காமல் தத்துவம் பேசிக் கொண்டிருப்பதில் அர்த்தமில்லை. சத்தியாகிரகம், அஹிம்சை ஆகிய காந்திய வழிகளை இனி எங்களால் தொடர முடியாது. எங்கள் உத்திகளை மாற்றிக் கொள்ள வேண்டிய தருணம் வந்து விட்டது என்றே நினைக்கிறேன்" என்றார் உணர்ச்சி வசப்பட்டு.

மண்டேலாவை விட காந்திய அஹிம்சா வழியில் அதிக நம்பிக்கை வைத்திருந்த லுதுலியும் கூட, ஆங்கிலேய அரசின் அடக்குமுறை களைக் கண்டு மனம் கலங்கினார். வழக்கமாக மண்டேலாவின் வன்முறைப் பேச்சுக்கு எதிர்ப்புத் தெரிவிப்பவர், இம்முறை மண்டேலாவின் கருத்து சரிதானோ என்ற குழம்பினார். ஆனால் அறவழிக் கட்சி என்று பெயரெடுத்த ஆப்பிரிக்க தேசிய காங்கிரஸ், திடீரென வன்முறைக் கட்சியாக மாறினால் இதுவரை மக்கள் வைத்திருந்த நம்பிக்கை நீர்த்துப் போகுமே என்று அஞ்சினார். லுதுலியின் அச்சம் மண்டேலாவையும் யோசிக்க வைத்தது. அதனால் என்ன? ஆப்பிரிக்க தேசியக் கட்சிக்குத் தானே தடை மற்றும் கட்டுப்பாடுகள். ஒரு கிளை அமைப்பை ஆயுதப்

போராட்டத்திற்கென பிரத்யேகமாக ஆரம்பித்தால் போயிற்று என முடிவிற்கு வந்தனர்.

எம்.கே - ராணுவப் பிரிவு

மரமாக இருந்தாலும் சரி, அதன் கிளையாக இருந்தாலும் சரி எனக்குத் தேவை ஒரேயொரு கோடரி மட்டுமே என்றார் மண்டேலா. புதிய அமைப்பிற்கு 'உம்கோண்டோ வே சிஸ்வே' (UMKHONTO WE SIZWE) என்று பெயரிட்டார். 'நாட்டின் ஈட்டி' என்பது இதன் அர்த்தம். இன்னும் சுருக்கமாக ஆப்பிரிக்க தேசியக் காங்கிரஸின் ராணுவப் பிரிவு தான் 'எம்.கே'. ஆயுதங்களைத் திரட்டுவது, கொரில்லா போர் முறை மூலம் திடீர் தாக்குதல் நடத்துவது, அரசை கதிகலங்க வைப்பது, சேதம் ஏற்படுத்துவது ஆகியவற்றை நோக்கமாகக் கொண்டது எம்.கே. வன்முறை களை எப்படியெல்லாம் தொடங்குவது என்று திட்ட

மிடத் தொடங்கினார் மண்டேலா. ஆம். மண்டேலாவின் முடிவில் எந்த ஒளிவு மறைவுமில்லை. சத்தியாகிரஹம், அறப்போராட்டம் உள்ளிட்ட அனைத்தையும் ஓரம் கட்டிவிட்டு, தென் ஆப்பிரிக்க விடுதலைக்கு ஒரே வழி, ஆயுதப் போராட்டம் மட்டுமே என்ற தீர்க்கமான முடிவை எடுத்தார் மண்டேலா.

முதலில் அரசு சொத்துக்களுக்குச் சேதம் ஏற்படுத்து என்று முடிவானது. இந்தத் தாக்குதலில் மக்களுக்கு எந்த பாதிப்பும் ஏற்படக் கூடாது என்பதில் கவனமாக இருந்தார்கள். "மின் கம்பங்கள், தொலைபேசி இணைப்புகள், ராணுவ முகாம்கள், ரயில்கள், பேருந்துகள், அரசு அலுவலகங்கள் ஆகியவற்றைத் தாக்குவோம். அரசு சொத்துக்களுக்குச் சேதம் விளைவித்தால் பெரும் நஷ்டம் ஏற்படும். தொலை தொடர்பு துண்டிக்கப்படும்.

போக்குவரத்து கடுமையாகப் பாதிக்கப்படும். வெள்ளையர்களே கூட வெளியே வர அஞ்சுவார்கள். இந்த பயத்தைத்தான் நாம் அரசுக்கு ஏற்படுத்த வேண்டும். அடுத்து இங்கே முதலீடு செய்துள்ள வெளிநாட்டு நிறுவனங்களை அச்சுறுத்த வேண்டும். தென் ஆப்பிரிக்காவில் முதலீடு செய்வதில் எந்த லாபமுமில்லை என்று மூட்டை முடிச்சுகளுடன் சொந்த நாட்டுக்கே திரும்ப வேண்டும். இவை அனைத்தும் திட்டமிட்டபடி நடந்தால் அரசு கடுமையான நிதி நெருக்கடியைச் சந்திக்கும். பெரும் பொருளாதார இழப்பு ஏற்படும். வெளிநாடுகளில் தென் ஆப்பிரிக்கா மீதான நம்பகத் தன்மை குறையத் தொடங்கும்" எனத் தனது திட்டத்தை விவரித்தார் மண்டேலா.

பலமான ஆங்கிலேய ராணுவத்தை எதிர்க்கக் குறைந்தபட்சம் ராணுவம் குறித்த புரிதலும், ராணுவப் பயிற்சியும் வேண்டுமென மண்டேலா விரும்பினார். க்யூபாவின் சர்வாதிகாரி ஃபல்ஜென்ஷியோ பாடிஸ்டாவை (Fulgentio Bastista) எதிர்த்து ஃபிடெல் காஸ்ட்ரோ (Fidel Castro) நடத்திய கொரில்லா போர்கள் குறித்த விவரங்களைச் சேகரித்தார். சே குவேராவின் (Che Guevara) - சைக்கிள் பயணம், மா சேதுங் (Mao Tse Tung) போர் முறை பற்றி எட்கர் ஸ்நோ எழுதிய 'ரெட் ஸ்டார் ஓவர் சைனா', இஸ்ரேலிய கொரில்லா யுத்தம் பற்றி மெனாகெம் பிகின் எழுதி 'தி ரிவோல்ட்' உள்ளிட்ட எழுச்சிமிகு நூல்கள், அவருக்கு ஆயுதப் போராட்டம், குறிப்பாகக் கொரில்லா முறை மூலம் விடுதலை பெறலாம் என்னும் நம்பிக்கையை ஊட்டின.

டேவிட் மோட்ஸ்மயி என்ற புனைப் பெயரில், மண்டேலா இரகசிய மாக தென் ஆப்பிரிக்காவை விட்டு வெளியேறினார். போட்ஸ்வானா, தான்சேனியா, எதியோபியா, கானா, நைஜீரியா, எகிப்து, மொராக்கோ, மாலி, செனகல், லிபியா, லைபீரியா ஆகிய நாட்டின் தலைவர்களைச் சந்தித்ததுடன், கணிசமான நிதி உதவிகளையும், இராணுவப் பயிற்சியையும் பெற்றார்.

இதற்கு முதற்படியாக நாடு முழுவதும் ராணுவக் கிளை முகாம்களையும், தேவையான இளைஞர் படைகளையும் உருவாக்கினார். மனு எழுதி கொடுக்கும் காகிதப் போராட்டத்தை விட, துப்பாக்கி ஏந்தும்

ஆயுதப் போராட்டமே விடுதலையைப் பெற்றுத் தரும் என்பதை, ஒவ்வொரு இளைஞனுக்கும் புரிய வைத்தார். இனி அதிரடி நடவடிக்கைதான், நாட்டுக்காக உயிர்த் தியாகம் செய்யவும் தயாராக இருங்கள், என இளைஞர்கள் மத்தியில் எழுச்சியை ஏற்படுத்தினார்.

1961 டிசம்பர் 16 -ஆம் தேதி நாள் குறித்தார். ஜோஹனஸ்பர்க், டர்பன், போர்ட் எலிசபெத் ஆகிய இடங்களில் ஒரே நேரத்தில் குண்டுகள் வெடித்தன. நீதிமன்றங்கள், தபால் நிலையங்கள், ராணுவ முகாம்கள், மின் கம்பங்கள், மின் விநியோக நிலையங்கள், அரசு அலுவலகங்கள் ஆகியவை மீது பயங்கரமான தாக்குதல்கள் நடை பெற்றன. தீ வைக்கப்பட்ட பொதுச் சொத்துக்கள் கடுமையான சேதங்களுக்கு உள்ளாயின. குண்டு வெடிப்பு நடைபெற்ற இடங் களில், எம்.கே அமைப்பின் திட்டங்கள் என்ன என்பதை விளக்கும் துண்டுப் பிரசுரங்கள் விநியோகிக்கப்பட்டன. அவற்றின் சாராம்சம் இவைதான்:-

- எம்.கே என்பது ஆப்பிரிக்கர்களுக்கான சுதந்திரத்தை நோக்கமாகக் கொண்ட விடுதலை அமைப்பு. கருப்பின ஒதுக்கல் அடையாளங்கள் மீதான தாக்குதலை இன்று வெற்றிகரமாக நடத்தியுள்ளது. தென் ஆப்பிரிக்க இனத்தவர் அனைவரும் இதில் அங்கம் வகிக்கின்றனர். நாட்டு விடுதலை இவை அவசியமென எம்.கே நம்புகிறது.

- 'அடங்கு அல்லது அடக்கு' இவ்விரண்டில் ஏதேனும் ஒன்றைத் தேர்வு செய்ய வேண்டிய கட்டாயத்தில் ஒவ்வொரு நாடும் உள்ளது. இதற்கு தென் ஆப்பிரிக்காவும் விதிவிலக்கல்ல. நமக்கான சுதந்திரத்தைப் பெற காந்தியப் பாதையில் எல்லா அற வழிகளையும் மேற்கொண்டும் எந்தப் பயனுமில்லை. 'எம்.கே அமைப்பைப் பொருத்தவரை ஆயுதப் போராட்டம் ஒன்று தான் விடுதலைக்கான ஒரே தீர்வு'.

- ரத்தம் சிந்தாமல் சுதந்திரம் பெற வேண்டுமென்பதே எம்.கே அமைப்பின் லட்சியம். தொடக்கத்தில் ஆயுதம் எடுக்கவில்லை. ஆனால், இப்போது ஆயுதம் எடுக்க நம்மைத் தூண்டியதே இந்த அரசின் அடக்குமுறைதான். நம்மை ஒடுக்க நினைக்கும் அரசின் வேகத்தை தடுத்து நிறுத்த இந்த அமைப்பின் தாக்குதல் உதவும். இழப்புகளைத் தடுத்து நிறுத்த அரசு தனது நடவடிக்கைகளையும், கொள்கைகளையும் விரைவில் மாற்றிக் கொள்ள வேண்டும்.

◻

14

ரிவோனியா வழக்கு விசாரணை
(Rivonia Trial)

அனுமதியின்றி வெளிநாடுகளுக்குச் சென்று ராணுவப் பயிற்சி பெற்றமைக்காவும், சட்ட விரோதமாக நிதி உதவி பெற்றமைக்காவும் மண்டேலா தேசியப் பாதுகாப்புச் சட்டத்தின் கீழ் கைது செய்யப்பட்டு, ஐந்து வருட தண்டனை வழங்கப்பட்டு இருந்தது. இந்நிலையில் அவர் சிறையிலிருந்த போது, ஆப்பிரிக்க தேசியக் கட்சியின் ராணுவப் பிரிவான 'எம்.கே' அல்லது 'நாட்டின் ஈட்டி' என்றழைக்கப்படும் அதன் ராணுவப் பிரிவு அலுவலகத்தைச் சோதனையிட அரசு உத்தரவிட்டது. அங்கிருந்த 19 நபர்களைக் கைது செய்து அவர்கள் மீதும் விசாரணை ஆரம்பமானது. மண்டேலா மீது ஏற்கனவே பதிவாகி இருந்த குற்றச்சாட்டுகளுடன் புதிய குற்றச்சாட்டுகளும் பதிவாயின.

மண்டேலா உள்ளிட்ட ஆப்பிரிக்க தேசியக் காங்கிரஸ் தலைவர்கள் மீது 1961 முதல் 1964 வரை நடைபெற்ற நீதிமன்ற விசாரணைகளே 'ரிவோனியா ட்ரையல்' ஆகும். மண்டேலாவைச் சிறைச்சாலையில் இருந்து வழக்கு நடைபெற்ற பிரிடோரியா உச்சநீதிமன்றத்திற்கு அழைத்து வந்து குற்றவாளி கூண்டில் நிறுத்தினார்கள். அரசுக்கு

எதிராகக் கலகம் விளைவித்தது, எம்.கே என்னும் ஆயுதக் குழுவை உருவாக்கியது, ஆயுதம் ஏந்தியது, அரசு சொத்துக்களுக்கு நாசம் விளைவித்த்து, வன்முறையைத் தூண்டும் வகையில் பேசியது, சதித்திட்டம் தீட்டியது உள்பட அவர் மீது சற்றேறக் குறைய 221 குற்றச்சாட்டுகள் சுமத்தப்பட்டிருந்தன. விசாரணைகள் முடிந்து தீர்ப்பு வழங்கும் நாளைக் குறித்தார் நீதிபதி.

தன் மீது சுமத்தப்பட்ட குற்றங்கள் எதையுமே மண்டேலா மறுக்கவில்லை. அரசின் கருப்பின ஒதுக்கீடு கொள்கை, ஆப்பிரிக்க தேசிய காங்கிரஸின் போராட்ட வரலாற்று, அரசுக்கு எதிரான ஆயுதப் போராட்டம் உள்ளிட்ட அனைத்தையும் உள்ளடக்கி சுமார் நான்கு மணி நேரம் நீண்ட நெடிய ஆனால் உணர்ச்சிமிகு வாக்கு மூலம் அளித்தார். தான் செய்த குற்றங்களுக்குக் கண்டிப்பாக மரண தண்டனைதான் எனறு நம்பினார். அந்த நிலையிலும் தயக்கமோ, தடுமாற்றமோ இல்லாமல் அவர் அளித்த வாக்குமூலம் வரலாற்றில் பொறிக்கத்தக்க வார்த்தைகளைக் கொண்ட ஆவணமாகும்.

மண்டேலா நீதிமன்றத்தில் அளித்த வரலாற்றுச் சிறப்புமிக்க வாக்கு மூலத்தின் முக்கிய அம்சங்கள்

நான்தான் குற்றம் சாட்டப்பட்ட முதல் நபர். இளநிலைப் பட்டதாரி என்பதுடன் ஜொஹனஸ்பர்க்கில் ஆலிவர் டாம்போவுடன் இணைந்து அட்டார்னியாகப் பல ஆண்டுகள் பணிபுரிந்து வந்துள்ளேன். அனுமதியின்றி வெளிநாட்டுக்கு சென்றதற்காகவும், 1961 மே போராட்டங்களில் கலந்து கொண்டு அமைதிக்குப் பங்கம் விளைவிக்கும் வகையில் மக்களைத் தூண்டி விட்ட குற்றங்களுக்காக எனக்கு ஐந்து வருட சிறைத் தண்டனை விதிக்கப்பட்டுள்ளது. அரசு கூறுவதுபோல் தென் ஆப்பிரிக்காவில் நடைபெறும் கலவரங்களுக்குக் கம்யூனிஸ்ட்களோ, வெளிநாட்டினரோ காரணமில்லை. தென் ஆப்பிரிக்காவின் பாரம்பரியப் பெருமையை உணர்ந்தவன் என்ற முறையிலும், என் அனுபவம் காரணமாகவும், இவற்றை எல்லாம் என் கட்சியின் தலைவன் என்ற முறையிலும், தனிப்பட்ட முறையிலும் நான்தான் செய்தேன்.

அரசு என் மீது சுமத்திய குற்றச்சாட்டுகளை மறுப்பேன் என்று நினைக்கலாம். நிச்சயமாக இல்லை. அனைத்தையும் உளமாற ஏற்றுக் கொள்கிறேன். வன்முறையை நான்தான் திட்டமிட்டேன். இதற்குக் காரணம் வன்முறை மீது எனக்கு விருப்பம் என்றில்லை. என் குழந்தைப் பருவத்தில் பெரியோர் மூலம் தென் ஆப்பிரிக்காவின் பாரம்பரியப் பெருமைகளைக் கேட்டு மகிழ்ந்துள்ளேன். அந்தப் பாரம்பரியம் அழியக் கூடாது என்றுதான் இத்தனை ஆண்டுகள் பொறுமையுடன் காத்திருந்தோம். அறவழியில் போராடினோம். ஆனால் அரசோ எங்கள் பாரம்பரியச் சொத்தைத் தொடர்ந்து சூறையாடிக் கொண்டிருந்தது. சொந்த நாட்டிலேயே எங்களை அந்நியப்படுத்தி அடிமையாக்கினார்கள். ஊருக்கு வெளியே தனியே குடியிருப்புகளை உருவாக்கி எங்களைக் குடியமர்த்தினார்கள். உள்நாட்டில் நடமாடுவதற்கே கடவுச் சீட்டுடன், அனுமதி பெற்றுத் தான் செல்ல வேண்டும் என்னும் இழிநிலைக்குத் தள்ளினார்கள். பிறந்து வளர்ந்த நாட்டிலேயே இரண்டாம் தரக் குடிமகன் ஆனோம். கேவலப்பட்டோம், அசிங்கப்பட்டோம், அவமானத்தில் கூனிக் குறுகினோம்.

'உம்கோண்டோ வே சிஸ்வே' (UMKHONTO WE SIZWE) எனப்படும் 'நாட்டின் ஈட்டி' அதாவது 'எம்.கே' என்ற பெயரில் ஆயுதம் ஏந்தும் ராணுவப் பிரிவு தொடங்க நானும் ஒரு காரணம். 1962 இல் கைதாகும் வரை அதில் முக்கிய அங்கம் வகித்தேன். ஆப்பிரிக்க தேசியக் காங்கிரஸில் உள்ள ஒவ்வொருவரும் அமைதி, அறவழி, அஹிம்சை, சத்தியாகிரகம் ஆகிய பின்புலங்களைக் கொண்டவர்கள். எனவே நாங்கள் தேர்வு செய்தது 'வன்முறையை' (VIOLENCE) மட்டுமே தவிர 'பயங்கரவாதம்' (TERRORISM) இல்லை.

அரசு எங்கள் மீது சுமத்தியிருக்கும் பெரும்பாலான குற்றங்களுக்கு நாங்கள் பொறுப்பல்ல என்று நீதிமன்றமே முன்பு பலமுறை எங்களை விடுவித்திருக்கிறது. குறிப்பாக 1956-ல் எங்கள் மீது சுமத்தப்பட்ட தேசத் துரோக குற்றச்சாட்டு நிரூபிக்கப்படாததால் நாங்கள் விடுதலை ஆனோம். ஆனால் அரசு தொடர்ந்து எங்கள் மீது அடக்கு முறையை கட்டவிழத்து விட்டது. ஷார்ப்பிவில்லியில் நிராயுதபாணி யாக கூடியிருந்த மக்கள் கூட்டத்தின் மீது அரசு துப்பாக்கி சூடு நடத்தி கொன்று குவித்திருக்கிறது.

அடியையும், வலியையும் தாங்கிக் கொண்டு ஓடினோம் ஓடினோம் ஓடிக் கொண்டே இருந்தோம். ஆனால் அரசு எங்களைத் தொடர்ந்து வேட்டையாடவே நாங்கள் தலைமறைவானோம். ஒரு கட்டத்தில் திருப்பி அடித்தால்தான் ரணத்தின் வலி தெரியும் என்று முடிவு செய்து 'நாட்டின் ஈட்டி' அதாவது 'எம்.கே' என்னும் ராணுவ அமைப்பை நிறுவினோம். பொதுச் சொத்துக்களுக்குச் சேதம் விளைவித்தோம், அரசு அலுவலகங்களை எரித்தோம், கம்யூனிஸ்ட் களுடன் சேர்ந்து கொண்டு அரசுக்கு எதிராகச் சதி செய்ததாக என் மீது குற்றம் சுமத்தி உள்ளனர். உலகம் தழுவி எங்கெல்லாம் ஆதிக்க சக்தி தலை தூக்குகிறதோ அங்கெல்லாம் கம்யூனிஸ்ட்கள் புரட்சி செய்து போராடிக் கொண்டிருக்கின்றனர். எங்களுக்கு ஆதரவு அளித்தது அந்த வகையில்தான்.

நான் மார்க்சிய தத்துவங்களினால் ஈர்க்கப்பட்டவன் என்பது உண்மை. மறுக்கவில்லை. அதற்காக கம்யூனிஸ்ட்களுடன் சேர்ந்து சதி செய்தேன் என்பது அபாண்டமான பொய். கம்யூனிஸ்ட்

கட்சியுடன் நான் இணைந்தது தவறென்றால், இங்கிலாந்தும், அமெரிக்காவும் ஹிட்லரைத் தோற்கடிக்க, ரஷியக் கம்யூனிஸ்ட் களுடன் சேர்ந்தார்களே? நீங்கள் கம்யூனிஸ்ட்களுடன் சேர்ந்தால் சரி. ஆனால், நான் சேர்ந்தால் சதியா? இராஜத் துரோகமா? இது நியாயமா?

சாதி, மதம், இனம், நிற வேறுபாடு இல்லாமல் அனைவருக்கும் சம உரிமை, சம வாய்ப்பை அளிக்கும் மக்களாட்சியை நாங்கள் விரும்புகிறோம். பெரும்பான்மை கருப்பின மக்களை சிறுபான்மை வெள்ளையினம் அடிமைப்படுத்தி ஆள்வதைத் தடுக்கவே வாக்குரிமை கோருகிறோம். கருப்பின மக்களுக்கு வாக்குரிமை கிடைத்தால் என்ன ஆகும் என்பது வெள்ளைக்காரர்களுக்குத் தெரியும். அதனால் தான் அஞ்சுகிறார்கள். நிற அடிப்படையிலான அரசியல் ஒழிய வேண்டும். இந்த மாற்றத்தைக் கொண்டு வர வேண்டுமென்றுதான் ஆப்பிரிக்க தேசியக் காங்கிரஸ், அரை நூற்றாண்டாகப் போராடி வருகிறது. இது எங்கள் வாழ்வாதாரத்திற்கான போராட்டம். துன்பம், துயரம், வேதனை அனைத்தையும் அனுபவித்தால் எழுந்த மக்கள் போராட்டம்.

நான் வெள்ளையின ஆதிக்கத்திற்கு எதிராக மட்டும் போராட வில்லை. எங்கள் வசதியான கருப்பினத் தலைவர்கள், ஏழைகள் மீது செலுத்திய ஆதிக்கத்தை எதிர்த்தும் போராடி இருக்கிறேன். சுதந்திரம், இன நல்லிணக்கம், அனைவருக்கும் வாக்குரிமை என்னும் முழுமையான தீர்வு எங்கள் மக்களுக்குக் கிடைக்கும் நாள் வெகு தூரத்தில் இல்லை. என் வாழ்க்கையையே இதற்காக அர்ப் பணித்துள்ளேன். இவை அனைத்தும் கிடைக்க 'நான் இறக்க வேண்டும்' என்ற சூழல் உருவானால் 'என் உயிரைத் தரவும்' தயாராக இருக்கிறேன்.

ரஷிய அதிபர் பிரஷ்னேவ் உள்பட ஐக்கிய நாடுகள் அமைப்பிலுள்ள 106 நாடுகள் மண்டேலாவை விடுவிக்க வேண்டுமென தென் ஆப்பிரிகாவிற்கு கோரிக்கை வைத்தன. 1964 ஜூன் 12- ஆம் தேதி உலகமே எதிர்பார்த்துக் கொண்டிருந்த தீர்ப்பு நாள். பிரிடோரியா நிதிமன்றத்தின் முன் குழுமியிருந்த மக்களின் முகங்கள் தீர்ப்பை எதிர்ப்பார்த்து இறுக்கமாக இருந்தன.

மண்டேலா மற்றும் அவருடன் குற்றம் சாட்டப்பட்ட அனை வருக்கும் ஆயுள் தண்டனை விதித்து நீதிபதி க்வார்டஸ் டி வெட் (Quartus de Wet) தீர்ப்பளித்தார். மரண தண்டனை விதிக்காமல் ஆயுள் தண்டனை விதித்து நீதிபதி தீர்ப்பளித்ததால், ஆப்பிரிக்க மக்கள் மட்டுமின்றி உலகமும், நிம்மதிப் பெருமூச்சு விட்டது.

1964 முதல் 1982 வரை மண்டேலா கேப் டவுனில் உள்ள ராபன் தீவு சிறையில் அடைக்கப்பட்டார். பின்னர் அவர் 1988 வரை அதிகபட்ச பாதுகாப்பு கொண்ட போல்ஸ்மூர் சிறையில் அடைக்கப் பட்டார், சிறையில் அவருக்குக் காசநோய் இருப்பது கண்டறியப் பட்டது. எனவே, காசநோய் சிகிச்சைக்குப் பிறகு, அவர் பார்லுக்கு அருகிலுள்ள விக்டர் வெர்ஸ்டர் சிறைக்கு மாற்றப்பட்டார். தென்னாப்பிரிக்க அரசாங்கம் அவ்வப்போது மண்டேலாவுக்கு சுதந்திரம் வழங்கச் சில சலுகைகளை வழங்கப் பல வகைகளில் பேரம் பேசியது.

குறிப்பாக, 1976-ஆம் ஆண்டில், புதிதாக சுதந்திரம் பெற்ற மிகவும் சர்ச்சைக்குரிய, டிரான்ஸ்கெய் பண்டுஸ்தானை (Transkei Bantustan) அங்கீகரித்து அங்கு வசிக்க ஒப்புக் கொள்ள வேண்டும் என்ற நிபந்தனையை விதித்தது. பின்னர், மீண்டும் 1985-ஆம் ஆண்டில் அவர் வன்முறையைக் கைவிட வேண்டும் என்ற கோரிக்கை முன்வைக்கப்பட்டது. மண்டேலா இரண்டு சலுகைகளையும் மறுத்தார், மொத்தத்தில், 1963 முதல் 1990 சுமார் 27 ஆண்டுகள் கடுங்காவல் சிறைத் தண்டனையை மண்டேலா அனுபவித்தார்.

15

முப்பது வயதில் மரணத்தை முத்தமிட்ட இளம் தலைவர் ஸ்டீவ் பைகோ (Steve Biko)

இவனுக்கு அவனே பரவாயில்லை என்ற சொலவடை உண்டு. அதுபோல் அடுத்தடுத்து பதவிக்கு வந்தவர்கள் செய்த கொடுமைகளோடு ஒப்பிடுகையில், முன்பு இருந்தவனே தேவலை என்று எண்ண வைத்தனர். அந்த வகையில் பதவிக்கு வந்த ஹென்றிக் வெர்வெட் (Hendrik Frensch Verwoerd) கருப்பின மக்களை வாட்டி வதைத்தார். செய்த பாவங்களுக்கு தண்டனையாகப் பாதிக்கப்பட்ட யாரோ ஒருவனால் படுகொலை செய்யப்பட்டார்.

தென் ஆப்பிரிக்க அரசு ஆப்பிரிக்க தேசிய காங்கிரசைத் தடை செய்தது மட்டுமின்றி மண்டேலா உள்பட பெரும்பாலான தலைவர்களையும் சிறையில் அடைத்துவிட்டதால், அடுத்த என்ன செய்வது என்று தெரியாமல் மக்கள் திகைத்து நின்றனர். மண்டேலாவுக்கும், தனது கருத்துகளை வெளியே சொல்லவோ அல்லது அடுத்த தலைமுறையை உருவாக்கி, கட்சியை வழி நடத்திச் செல்லவோ இயலாத நிலை. தென் ஆப்பிரிக்க தேசிய காங்கிரஸ் கொடியையும், சின்னத்தையும் பிரிட்டிஷ் அரசு தடை செய்த காரணத்தால், காவல் துறையினரைக் கண்டாலே கருப்பின மக்கள் ஓடி ஒளியும் அளவுக்கு தென் ஆப்பிரிக்க அரசு மீண்டும் தனது அராஜகத்தைத் தொடர்ந்தது.

வேலை கிடைக்காத காரணத்தால் கருப்பின மக்கள் நகரங்களை முற்றுகையிட ஆரம்பித்தனர். சுற்று வட்டார கிராமங்களில் இருந்த அனைவரும் நகரங்களில் புகுந்தனர். சுமார் பதினைந்து லட்சம் பேர் திரண்டனர். வீடுகள் இல்லாத காரணத்தால், கார்ட்போர்ட், ப்ளைவுட், மூங்கில் என கையில் கிடைத்தப் பொருள்களால் குடிசை களையும் வீடுகளையும் கட்டிக் கொண்டு, சட்டத்துக்குப் புறம்பாக வெள்ளையர்களின் குடியிருப்புப் பகுதிகளில் தங்கத் தொடங்கினர்.

போதிய தண்ணீர், மின் மற்றும் சுகாதார வசதிகள் இல்லாததால் பல குழந்தைகள் தொற்று நோயால் பாதிக்கப்பட்டனர். வேலைக்கும் உணவுக்கும் தட்டுப்பாடு ஏற்பட்டதால் பலர் பிச்சை எடுக்கவும், கொள்ளை அடிக்கவும் தொடங்கினர். அரசு அவர்களுக்குத் தேவை யான வசதிகளைச் செய்து கொடுக்காமல், குடியிருப்புப் பகுதிகளை புல்டோசர் மூலம் இடித்துத் தரை மட்டமாக்கியது. கருப்பின மக்கள் குடியிருந்த பகுதிகளை 'கரும்புள்ளிகள்' என்று அடையாள மிட்டு 'ஆபரேஷன் ப்ளாக் ஸ்பாட்' என்ற அதிரடி திட்டம் மூலம் இடித்துத் தள்ளி அனைவரையும் விரட்டி அடித்தது.

ஹென்றிக் வெர்வெட்டைத் தொடர்ந்து பிரதமர் பதவிக்கு வந்தவர் ஜான் வொர்ஸ்டர் (John Vorster). இனவெறிக் கொள்கை காரணமாக தென் ஆப்பிரிக்காவின் மீது உலக நாடுகள் பல வர்த்தகத் தடைகளை விதித்தன. அதனால் ஏற்றுமதி, இறக்குமதி தொழிலில் ஈடுபட்டு வந்த வர்த்தகர்கள் பெரிதும் பாதிக்கப்பட்டனர். உலக நாடுகள் மத்தியில் தென் ஆப்பிரிக்காவின் கௌரவத்தைக் காப்பாற்றவும், பொருளாதார வளர்ச்சியைக் காணவும் ஜான் வொர்ஸ்டர் கருப்பின மக்களின் மீதான பல தடைகளை அகற்ற உத்தரவிட்டார். வெள்ளையருடன் இணைந்து கருப்பின மக்களும் போக்குவரத்துச் சாதனங்களைப் பயன்படுத்தலாம், பொது இடங்களில் சேர்ந்தே தங்கலாம், உணவகத்தில் சாப்பிடலாம். கலாசார, பொழுதுபோக்கு நிகழ்ச்சி களில் கருப்பின மக்களும் கலந்து கொள்ள அனுமதிக்கப்பட்டனர்.

மேலோட்டமாகப் பார்த்தால், தென் ஆப்பிரிக்க இனவெறி அரசு கருப்பின மக்களுக்கு சலுகைகளை வாரி வழங்கியது போலத் தோன்றும். ஆனால், அவையெல்லாம் வெறும் கண்துடைப்புதான்.

வீட்டு வசதி, நிலம், வேலை வாய்ப்பு, கல்வி ஆகியவற்றில் கருப்பின மக்கள் தொடர்ந்து தனிமைப்படுத்தப்பட்டே இருந்தனர். வெள்ளையர்களுக்கு மட்டுமே கல்வி வசதியும், பயிற்சியும் வழங்கப்பட்டு வந்ததால் தொழிற்சாலைகளில் பணிக்கு ஆட்கள் கிடைப்பது அரிதாக இருந்தது. பணியிடங்களில் வெள்ளையர்கள் நிரப்பப்பட்ட பிறகும் வேலைக்கான இடங்கள் காலியாகவே இருந்தன. அதனால் உற்பத்தி குறைந்தது. வர்த்தகம் பாதிக்கப்பட்டது.

கருப்பின மக்களுக்கும் கல்வியும் பயிற்சியும் தந்து அவர்களின் உழைப்பையும் பயன்படுத்திக் கொள்வதுதான் நாட்டின் ஒட்டு மொத்த எதிர்காலத்துக்கு நல்லது என்று வெள்ளையர்களின் ஒரு பிரிவினர் எண்ணத் தொடங்கினர். ஆனால், இனவெறி பிடித்த மற்றொரு பிரிவினரோ கருப்பின மக்களுக்கு கல்வி வசதிகளும் பயிற்சியும் தரக்கூடாது என வாதிட்டனர். வெள்ளையர்களின் இந்த இரு பிரிவினரும் தத்தமது கருத்துகளில் உறுதியாக இருந்ததால், கருப்பின மக்கள் எதிர்ப்பார்த்த பலன் எதுவும் கிடைக்கவில்லை. விளைவு, வெள்ளையர்கள் மீதான வெறுப்பு மேலும் அதிகமானது.

1973- ஆம் ஆண்டு தொழிற்சாலைகளில் வேலை செய்து வந்த கருப்பின மக்கள் மிகப் பெரிய போராட்டத்தில் குதித்தனர். அடிப்படை வசதிகளை வழங்கவும், ஊதியத்தை அதிகப்படுத்திக் கொடுக்கவும், வேலை நிறுத்தம் உள்ளிட்ட பல்வகைப் போராட்டங்களில் ஈடுபட்டனர். அவற்றை இளைஞர்களே முன்னின்று நடத்தினர். அவர்களுக்கான புதிய நம்பிக்கை நட்சத்திரமாக ஜொலித்தவர் ஸ்டீவ் பைகோ (Steve Biko).

தென் ஆப்பிரிக்காவின் ப்ரான்விஸ் முனையில் உள்ள கிங் வில்லியம்ஸ் நகரில் 1946ல் பிறந்தவர் ஸ்டீவ் பைகோ. அவருடைய தந்தை அரசுப் பணியில் குமாஸ்தாவாக இருந்தார். அரசுக்கு விரோதமாகச் செயல் பட்ட காரணத்தால், பைகோவின் சகோதரர் கைது செய்யப்பட்டு சிறையில் அடைக்கப்பட்டார். சகோதரர் சிறையில் இருந்ததால் சந்தேகத்தின் அடிப்படையில் ஸ்டீவும் விசாரணை வளையத்திற்குள் கொண்டு வரப்பட்டுத் தீவிர கண்காணிப்பிற்கு உட்படுத்தப்பட்டார்.

போலீஸார் பள்ளிக்கூடம் வரைக்கும் வந்து ஸ்டீவைத் தேடி வந்ததால், பள்ளி நிர்வாகம் அவரைப் பள்ளியில் இருந்து நீக்கியது. பின்னர் அவர் கத்தோலிக்க போர்டிங் பள்ளி மூலம் படிப்பை முடித்தார். 1966ல் மருத்துவக் கல்லூரியில் சேர்ந்தார். கல்லூரி நாட்களில் மாணவர் அமைப்பில் இணைந்தார். பின்னர், தென் ஆப்பிரிக்க தேசிய மாணவர் சங்கத்தின் தீவிர உறுப்பினராகவும் பதிவு செய்து கொண்டார்.

தென் ஆப்பிரிக்க தேசிய மாணவர் சங்கத்தின் தலைமைப் பொறுப்பில் ஆங்கிலேயர்களின் ஆதிக்கம்தான் அதிகம் இருந்தது. அதை ஸ்டீவ் பைகோ கடுமையாக ஆட்சேபித்தார். தனது எதிர்ப்பைக் காட்டும் வகையில் அந்த அமைப்பில் இருந்து வெளி யேறி, தென் ஆப்பிரிக்கா மாணவர் சங்கம் என்னும் புதிய அமைப்பை உருவாக்கினார்.

1969ல் அந்த அமைப்பின் முதல் தலைவராகவும் தேர்வு செய்யப் பட்டார். கட்சியா, படிப்பா என்ற கேள்வி எழுந்தபோது, தனக்கு கருப்பின மக்களின் எதிர்காலம்தான் முக்கியம் என்று தீர்மானித்தார். மருத்துவக் கல்லூரிப் படிப்பைத் துறந்து, முழு நேர அரசியல்வாதி யாகக் களத்தில் குதித்தார். 'கருப்பு மனசாட்சி' என்ற பெயரில் இவரது புதிய சித்தாந்தம் மக்களிடையே பிரபலமடையத் தொடங்கியது.

"பல நூற்றாண்டுகளாக வெள்ளையர்களுக்கு அடிமைப்பட்டுக் கிடந்த காரணத்தால், கருப்பின மக்களுக்கு இயற்கையாகவே தாங்கள் அடிமைகளாக வாழவே பிறந்திருக்கிறோம் என்ற தாழ்வு மனப்பான்மை ஏற்பட்டுள்ளது. இது ஒருவிதமான மனநோய். வெள்ளையர்கள் எஜமானர்களும் இல்லை; கருப்பின மக்கள் அடிமைகளும் இல்லை. நமக்கென்று ஒரு காச்சாரம், பாரம்பரியம் உள்ளது. அவை ஆங்கிலேயக் கலாசாரத்தை விடப் பழமையானது,

புராதனமானது. ஆனால் நம்மவர்கள் அவற்றை வெள்ளையர் களுக்கு அடமானம் வைத்துவிட்டு, அடிமைகளாக வாழ்ந்து கொண்டிருக்கிறோம். நாம் அடிமைகள் என்ற எண்ணத்தை மனத்தில் இருந்து விலக்கினால்தான் இழந்த கௌரவத்தையும், சுய மரியாதையையும் மீட்க முடியும். நம் கருப்பின மக்களை கருப் பினத்தவர்தான் ஆள வேண்டும். நம்மை ஆள பிரிட்டிஷாருக்கு யார் அதிகாரம் கொடுத்தது? பிரிட்டிஷாரை விரட்டி அடிப்பதுதான் நமது முதல் கடமை" என்று வீர முழக்கமிட்டார் ஸ்டீவ்.

மண்டேலா சிறையில் அடைக்கப்பட்ட பிறகு, தகுதியான தலைவர் இன்றி, பரிதவித்துக் கொண்டிருந்த கருப்பின மக்களுக்கு ஸ்டீவ் பைகோ நம்பிக்கை ஒளியை ஊட்டினார். கருப்பின மக்களின் நம்பிக்கை வீண் போகாத வகையில், ஸ்டீவ் கிராமப் பகுதிகளில் பல சுகாதார மையங்களை அமைத்தார். சமூகக் கூடங்களை நிறுவி, பல்வேறு கலை நிகழ்ச்சிகள் மூலம் மக்களிடையே சுதந்திர உணர்வைப் பரப்பினார். வெள்ளையர்களிடம் கையேந்தி வாழ் வதை விட, தாங்களே சுயதொழில் செய்து முன்னேறும் வகையில் சில திட்டங்களை வகுத்தார். அவர்கள் பல தொழில்களைக் கற்றுக் கொண்டு வருவாயைப் பெருக்கிக் கொள்வதற்கு ஏற்பாடு செய்தார்.

மண்டேலாவின் சிறைவாசத்துடன் கருப்பினத்தவரின் போராட்ட வெறி ஒடுங்கி விட்டது என்று இறுமாப்புடன் இருந்த வெள்ளையர் களுக்கு ஸ்டீவின் எதிர்பாராத திடீர் வளர்ச்சி கிலியை ஏற்படுத்தியது. சோம்பிக் கிடக்கும் கருப்பின மக்களை ஸ்டீவ் மீண்டும் தூண்டி விட்டு விடுவாரோ, எங்கே மீண்டும் ஒரு மண்டேலா உருவாகி விடுவாரோ, என்றெல்லாம் பிரிட்டிஷ் ஆட்சியாளர்கள் பயந்தனர். அந்த அச்சம் உண்மைதான் என்று சொல்லும் வகையில், ஸ்டீவ் பைகோவின் புகழ் தென்னாப்பிரிக்காவின் மூலை முடுக்கெல்லாம் பரவத் தொடங்கியது.

ஸ்டீவ் பைகோவை முளையிலேயே கிள்ளி எறியவேண்டும் என்று ஆட்சியாளர்கள் முடிவெடுத்தனர். அவரை விசாரணையின்றிக் கைது செய்து, சிறைச்சாலையிலேயே கதையை முடித்துவிடத் திட்டம் தீட்டினர். 18 ஆகஸ்ட் 1977 அன்று சிறையில் அடைக்கப்

பட்டார் ஸ்டீவ். அவர் எங்கு இருக்கிறார், எப்படி இருக்கிறார் என்ற விவரங்கள் எதுவும் வெளிவராத நிலையில் சரியாக இருபத்தி ஐந்து நாட்கள் கழித்து, 12 செப்டம்பர் 1977 அன்று ஸ்டீவ் சிறைச்சாலை யிலேயே இறந்து விட்டார் என்று போலீசார் அதிகாரப்பூர்வ அறிக்கையை வெளியிட்டார்கள்.

ஸ்டீவின் மர்மமான மரணம் தென் ஆப்பிரிக்கா முழுவதும் காட்டுத்தீ போன்று பரவியது. ஆண்களும், பெண்களும், குழந்தை களுமாக கருப்பின மக்கள் அனைவரும் சாலைகளில் திரண்டு அரசுக்கு எதிராகக் கோஷம் எழுப்பினர். உலக நாடுகள் ஸ்டீவ் பைகோவின் மரணத்தின் காரணத்தை முழுமையாக விசாரிக்கு மாறு தென் ஆப்பிரிக்க அரசை நிர்ப்பந்தப்படுத்தின. வேறு வழியில்லா மல் ஒப்புக்கு ஒரு கண் துடைப்பு விசாரணையை நடத்தியது அரசு. இறுதியில், அவர் இயற்கை மரணம் அடைந்ததாக பொய்யான அறிக்கை வெளியிட்டது.

ஆனால், வேறு சில தனியார் புலனாய்வுகள் மூலம் அவர் இறந்த காரணம் வெளி உலகுக்குத் தெரிய வந்தது. போர்ட் எலிசபெத் நகரில் உள்ள காவல் துறை தலைமை அலுவலகத்தில் ஸ்டீவ் பைகோ போலீசாரால் கடுமையாகத் தாக்கப்பட்டு, தலையிலும் உடலிலும் ரத்தம் சொட்டச் சொட்ட, மூன்று நாட்கள் எந்தவிதமான மருத்துவ சிகிச்சையும் இன்றிக் கிடந்திருக்கிறார்.

கோமா நிலையில் கிடந்த அவரை அருகில் இருந்த மருத்துவ மனைக்கு எடுத்துச் செல்லாமல், எழுநூற்றி நாற்பது மைல்களுக்கு அப்பால் உள்ள ஒரு மருத்துவமனைக்கு எடுத்துச் சென்றுள்ளனர். எந்த விதமான அடிப்படை மருத்துவ வசதிகளும் இல்லாத அந்த கிராமத்தில் செப்டம்பர் 12 அன்று ஸ்டீவ் தலைக்காயத்தினால் ஏற்பட்ட அதிகப்படியான ரத்தப் போக்கு காரணமாக மரணம் அடைந்திருக்கிறார். காவல்துறையினர் காட்டுமிராண்டித்தனமாகத் தாக்கி அவரைக் கொல்லச் செய்துள்ளனர் என்பதுதான் உண்மை. இறக்கும்போது அவர் வயது என்ன தெரியுமா? முப்பது.

முப்பது வயதில் மரணத்தை முத்தமிட்ட ஸ்டீவின் தியாகத்தை எண்ணி நாடே சோகத்தில் மூழ்கியது. ஸ்டீவ் பைகோவின் சவ ஊர்வலத்தில் இருபதாயிரத்துக்கும் அதிகமானோர் கலந்து கொண்

டனர். அமெரிக்கா, பிரிட்டன், ஜெர்மனி, பிரான்ஸ் உள்ளிட்ட பல நாடுகள் இறுதிச் சடங்கில் கலந்து கொள்ள தங்கள் பிரதிநிதிகளை அனுப்பி வைத்தன.

இன ஆதிக்க வெறியர்களால் ஒரு இன்னுயிர் அடித்தே கொலை செய்யப்பட்டது உலக நாடுகளை அதிர்ச்சிக்குள்ளாக்கியது. நெல்சன் மண்டேலாவின் சிறைத் தண்டனைக்குப் பிறகு தென் ஆப்பிரிக்க அரசு தனது இன வெறிக் கொள்கையை மாற்றிக் கொள்ளும் என்று ஐக்கிய நாடுகள் சபை உள்பட பல மேற்கத்திய நாடுகள் எதிர் பார்த்தன. எட்டு ஆண்டுகளுக்குப் பிறகு தென் ஆப்பிரிக்க அரசு ஸ்டீவ் மரணம் குறித்து மீண்டும் விசாரணை செய்து அறிக்கை வெளியிட்டது.

உரிய நேரத்தில் சரியான மருத்துவச் சிகிச்சை அளிக்காததால்தான் ஸ்டீவ் மரணம் அடைந்தார் என்றது அந்த அறிக்கை. ஆனால் அதற்கு காரணமானோர் என யாரையும் அந்த அறிக்கை சுட்டிக் காட்டவும் இல்லை. அரசாங்கம் யாரையும் தண்டிக்கவும் இல்லை. மண்டேலாவைக் கைது செய்து சிறையில் தள்ளிய பிறகும், ஸ்டீவ் பைகோவை அடித்துக் கொன்ற பிறகும் தென் ஆப்பிரிக்க இனவெறி அரசு திருந்தவில்லை. அதன் ரத்தவெறி அடங்கவில்லை என்பதை உலகம் உணர்ந்து கொண்டது.

◻

16

ஆயிரம் மாணவர்கள் சுட்டுக் கொலை

சுதந்திர தாகம் நீறு பூத்த நெருப்பாக இருந்தது. ஒவ்வொரு கருப்பினத்தவரும் போராளியாக, ஒரு அணுகுண்டாக மாறி, எப்போது வெடிக்கலாம் என்று காத்திருந்தனர். அவர்களுக்குத் தேவை ஒரு சிறு தீப்பொறி. அது 1976- ஆம் ஆண்டு அவர்களுக்குக் கிடைத்தது.

ஒரு மனிதனைச் செம்மைப்படுத்தி சிந்திக்கும் திறனை அதிகப் படுத்துவது கல்வி அறிவு. அது இல்லாத காரணத்தால்தான் மனிதன் ஆட்டு மந்தையைப் போலவும், கிளிப்பிள்ளையைப் போலவும், சொந்தப் புத்தி இல்லாமல் நடந்து கொள்கிறான். ஏன்? எதற்கு? எப்படி? என்ற கேள்விகளை எழுப்பக் கல்வி அவசியம். கல்வி வளம் பெற்ற நாடுகளை அடிமைத்தனம் தீண்டியதில்லை. அதை நன்கு உணர்ந்த தென் ஆப்பிரிக்க அரசு, கருப்பின மக்களுக்கு அதிகப்படி யான கல்வியை வழங்கக் கூடாது என்பதில் உறுதியாக இருந்தது. ஒப்புக்குப் பள்ளிகளை ஆங்காங்கே திறந்து வைத்திருந்தது. ஆனால், அவற்றுக்குக் கல்வி கற்பிக்க ஆசிரியர்களையோ அல்லது கட்டமைப்பு வசதிகளையோ செய்யாமல் புறக்கணித்தது.

பள்ளிக்கு வரும் குழந்தைகளிடம் கூலி வேலை செய்தால் பணம் கிடைக்கும் என்று ஆசை காட்டியதால் பலர் மழைக்கு கூட பள்ளியின் பக்கம் ஒதுங்கவில்லை. வீட்டு வறுமை காரணமாகப் படிப்பதை விடக் கூலி வேலையில் கிடைக்கும் பணம் அவர்களுக்கு முக்கியமாகிப் போனது. அரசு எதிர்பார்த்தது அதுதான். அதுவே நடந்தது. கருப்பினக் குழந்தைகள் பள்ளிக்குச் செல்வதைத் தவிர்த்தனர்.

அப்படியே தப்பித் தவறி ஓரிரு கருப்பினக் குழந்தைகள் பள்ளிக்கு வந்தாலும், அவர்களிடம், 'நீங்கள் அடிமைகள், ஆங்கிலேயர்கள் தான் முதலாளிகள்' என்று எண்ணத்தை உருவாக்கினர். மாறாக, வெள்ளைக்காரக் குழந்தைகள் படிப்பதற்கு அரசு தாராள உதவி களைச் செய்தது. அதிக அளவில் நிதி ஆதாரங்களை அவர்களுக்கு வாரி வழங்கி எல்லா வகையிலும் ஊக்குவித்தது.

1976 -ஆம் ஆண்டு தென் ஆப்பிரிக்க பிரதமர் வொர்ஸ்டர் கல்வி தொடர்பான புதிய ஆணையை வெளியிட்டார். அதன்படி தென் ஆப்பிரிக்க கருப்பினத்தவர்கள் அனைவரும் ஆப்பிரிக்கன் என்னும் மொழியில்தான் கல்வி பயில வேண்டும் என்று உத்தரவிட்டார். அதற்குக் காரணமும் இருந்தது. உலக நாடுகளுடன் தொடர்பு கொள்ள கருப்பினத்தவர்களுக்கு ஆங்கில அறிவு பெரிதும் உதவியது. எனவே, நாம் கற்றுக் கொடுத்த மொழியை வைத்துக் கொண்டு, நம்மையே சிக்கல்களில் மாட்டி விடுகிறார்கள் என்று பிரிட்டிஷ் அரசு எண்ணத் தொடங்கியது. ஆகவே, எதிர்கால கருப்பின சமுதாயம் ஆங்கில அறிவைப் பெறக்கூடாது என்பதில் உறுதியாக இருந்தது. அதன் எதிரொலியாகவே, புதிய கல்விக் கொள்கையை அறிவித்தது.

இடையே ஏற்பட்ட அந்நிய ஆதிக்கம் காரணமாக கருப்பின மக்களுக்கே அவர்களின் ஆப்பிரிக்கன் மொழி மறந்து விட்டது. உலக அரங்கில் ஆங்கில மொழிக்கு வரவேற்பும் மதிப்பும் இருந்த தால் அவர்களும் ஆங்கிலேயக் கல்வி முறைக்கு தங்களை மாற்றிக் கொண்டிருந்தனர். ஆகவே, திடீரென ஆங்கிலக் கல்வி மறுக்கப் பட்டு, ஆப்பிரிக்க மொழியில்தான் கல்வி பயில வேண்டும் என்ற

அரசு ஆணை அவர்களை உசுப்பி விட்டது. ஆங்கில அறிவைப் புகட்டாமல், தங்களைப் பழங்குடியினராகவும், கல்வியறிவு இல்லாதவர்களாகவும், அடிமைகளாகவும் வைத்திருக்க அரசு முடிவு செய்துள்ளதை உணர்ந்தனர்.

அரசின் கல்விக் கொள்கையை எதிர்த்து கருப்பின மக்கள், குறிப்பாகப், பள்ளி மாணவர்கள் போராட்டத்தில் குதித்தனர். ஆப்பிரிக்கன் மொழியில் கல்வி கற்க மாட்டோம் என்று வகுப்பு களைப் புறக்கணித்தனர். 16 ஜுன் 1976 -ஆம் ஆண்டு அரசின் புதிய கல்விக் கொள்கையை எதிர்த்துச், சற்றேறக் குறைய இருபதாயிரம் மாணவர்கள் சொவேடோவில் (Soweto) உள்ள அரசுச் செயலகம் முன்பு கூடினர். அத்தனை பேரும் பள்ளி மாணவ மாணவியர்.

அவர்கள் அரசியல் கட்சித் தொண்டர்களோ அல்லது தலைவர் களோ இல்லை. ஆகவே, அவர்கள் கையில் கொடியும் இல்லை, தோரணமும் இல்லை. பால் மணம் மாறாத ஐந்து வயதுப் பிஞ்சுகள் தொடங்கி, பள்ளி இறுதி ஆண்டு படிக்கும் பதின்பருவ வயது வரையிலான மாணவ மாணவியர்கள்தான், அரசை எதிர்த்துக் களத்தில் இறங்கி இருந்தனர். போராட்டக் களத்தில் மாணவ, மாணவியரைப் பார்த்தவுடன் காவல் துறையினருக்கு ஆவேசம் பிறந்தது.

சின்னஞ்சிறு வயதிலேயே போராட்ட குணம் உள்ளவர்களாக இருக்கிறார்கள் என்றால் இன்னும் வளர்ந்த பிறகு என்ன ஆவார் களோ என்ற அச்சம்தான் அவர்களுக்கு முதலில் ஏற்பட்டது. எதிரே நிற்கும் ஒவ்வொரு மாணவ மாணவியரும் காவலர்களின் கண் களுக்கு எதிர்கால மண்டேலாவாகவும், ஸ்டீவுமாகவே, தோற்றம் அளித்தனர். எனவே, அவர்களை முளையிலேயே கிள்ளி எறிந்து விட வேண்டும் என்று தீர்மானித்தனர்.

துப்பாக்கிகளைத் தூக்கினர். ஆம். குழந்தைகள், மாணவ மாணவிகள் என்றும் பாராமல், அவர்கள் மீது துப்பாக்கிச்சூடு நடத்தினர். கலைந்து போகச் சொல்லி ஒலிபெருக்கியில் அறிவிக்காமல், கண்ணீர்ப் புகை குண்டுகளை வீசாமல், நேரடியாகவே துப்பாக்கி சூடு நடத்தப்பட்டது. துப்பாக்கித் தோட்டாக்கள் பிஞ்சு நெஞ்சங்

களைத் துளைத்துச் சல்லடையாக்கின. பள்ளிச் சீருடைகளுடன் வந்த மாணவ, மாணவிகள் உயிரற்றச் சடலங்களாகச் செத்து வீழ்ந்தனர். ரத்த வெள்ளத்தில் மிதந்தனர்.

குழந்தைகள் சுடப்பட்ட புகைப்படங்கள் அடுத்த நாள் காலை அனைத்துப் பத்திரிகைகளிலும் வெளியாகி, தென் ஆப்பிரிக்க மக்களை உசுப்பி விட்டது. அடுத்த ஓரிரு நாட்களில் தென் ஆப்பிரிக்கா முழுவதுமே கொந்தளிக்கத் தொடங்கியது. மாணவ மாணவியரைத் தொடர்ந்து ஆண்களும் பெண்களுமாக வீதிகளில் இறங்கி அரசுக்கு எதிரான வன்முறையில் இறங்கினர். பல்வேறு ஊர்களில் இருந்தும் பொது மக்கள் சாரி சாரியாக வந்து போராட்டக் களத்தில் குவிந்தனர். மாணவர்களைக் கொன்று குவித்த போலீசார் மீது பொது மக்கள் வெகுண்டு எழுந்தனர். இந்தப் போராட்டம் மூன்று நாட்கள் தொடர்ந்து நடைபெற்றது. மூன்றாம் நாள் இறுதியில் சொவேடோ மயான பூமியானது.

எங்கும் பிணக்குவியல், ரத்த ஆறு, முதல் நாள் செத்தவர்கள் எண்ணிக்கை இருபத்தி ஐந்து. ஆனால் மூன்று நாட்கள் கழிந்த பின்னர் செத்து விழுந்தவர்கள் எண்ணிக்கை கிடு கிடு என உயர்ந்தது. கேட்போர் நெஞ்சை உருக வைத்தது இறந்தவர்களின் எண்ணிக்கை. ஆம், இறந்தவர் எண்ணிக்கை பத்தோ இருபதோ அல்ல. ஆயிரம்!

முதலில் செத்து விழுந்த மாணவன் ஹெக்டரின் புகைப்படம் உலகில் பல்வேறு நாடுகளில் வெளியாகும் பத்திரிகைகளில் பிரசுர மானது. குண்டடிப்பட்டு விழுந்த அவனைக் கைகளில் தூக்கிக் கொண்டு ஒருவர் ஓடியக் காட்சி காண்போர் கண்களைக் கசிய வைப்பதாக இருந்தது. மனத்தை உருக்கியது. ஆயிரம் மாணவர் களின் குருதியைக் குடித்த பின்னரும் பிரிட்டிஷ் ஓநாய்களின் ரத்த வெறி அடங்கவில்லை.

❐

17

தீவிர அரசியலில் வின்னி மண்டேலா

கணவர் மண்டேலா சிறையில் அடைக்கப்பட்டு பத்து ஆண்டுகள் ஆகிவிட்டன. இனவெறிக் கொள்கையைக் கைவிட்டு, மண்டேலாவை விடுவிக்குமாறு பல உலக நாடுகள் கோரிக்கை வைத்தும் தென் ஆப்பிரிக்க அரசு மசியவில்லை. மாறாக, கருப்பின மக்கள் மீதான அடக்குமுறையையும், அதிகார துஷ்பிரயோகத்தையும் மேலும் அதிகப்படுத்தியது.

மண்டேலாவின் சிறைவாசம், ஸ்டீவ் பைகோவின் மரணம் ஆகிய வற்றுக்குப் பிறகு சரியான தலைமை இல்லாததால் ஆப்பிரிக்க தேசிய காங்கிரஸ் கட்சி வெறும் ஏட்டளவில் மட்டுமே இருந்து வந்தது. நிர்வாகிகளுக்கும், பொது மக்களுக்கும் இடையே இருந்த தொடர்பு முற்றிலுமாக அறுந்து போய்விட்டது. புதிய தலைமை யையும், வழிகாட்டுதலையும், எதிர்பார்த்து மக்கள் காத்திருந்தனர்.

மண்டேலாவின் மனைவி என்ற வகையிலேதான் வின்னி, தென் ஆப்பிரிக்க மக்களுக்கு அறிமுகம் ஆகியிருந்தார். சமையல் வேலை, குழந்தைகளைக் கவனிப்பது என தன் எல்லைகளைச் சுருக்கிக் கொண்டு, எப்போது கணவனின் விடுதலை குறித்த தகவல் வரும்

என்ற ஏக்கத்தில் சாதாரண இல்லத்தரசியாகவே வாழ்ந்து கொண்டிருந்தார்.

மண்டேலா அருகில் இல்லாத காரணத்தால், குழந்தைகளுக்கு அப்பா பற்றிய நினைவே இல்லாமல் போனது. கணவன் தன்னை விட்டு சிறையில் இருந்தபோது கூட கலங்காத வின்னி அப்போது தான் முதல் முறையாக உடைந்து போனார். அதன்பிறகு, தென் ஆப்பிரிக்க வரலாறு, கருப்பின மக்களின் போராட்டம், வெள்ளையரின் ஆதிக்க வெறி, அப்பாவிகளின் தியாகம், சிறைவாசம் என நாட்டு நடப்புகளை எல்லாம் தனது குழந்தைகளுக்குச் சொல்லிக் கொடுத்து வளர்த்தார்.

மக்களை வழி நடத்திச் செல்லச் சரியான தலைமை இல்லாத நிலையில், நிர்வாகிகளும், தொண்டர்களும் வின்னியையே கட்சிக்குத் தலைமை ஏற்க நிர்பந்தித்தனர். வீடு, குழந்தைகள் என விலகி இருந்த வின்னிக்கும் தனிமை வாட்டத் தொடங்கியது. கணவரின் விடுதலை குறித்தும் எந்தத் தகவலும் வருவதாகத் தெரியவில்லை. தான் தீவிர அரசியலில் இறங்கினால் மட்டுமே மண்டேலா விடுதலை குறித்து உலக நாடுகளின் கவனத்தை ஈர்க்க முடியும் என்று நம்பினார். தனது கணவரின் விடுதலைக்காக மட்டுமின்றி, தென் ஆப்பிரிக்க கருப்பின மக்களின் விடுதலைக்காகவும், வின்னி தீவிர அரசியல் களத்தில் இறங்க முடிவெடுத்தார். மண்டேலாவைச் சந்திக்கும் முன்பே வின்னிக்கு தனது கருப்பின மக்களின் விடுதலை குறித்த வேட்கை இருந்ததை முன்பே பார்த்தோம்.

தீவிர அரசியலில் இறங்கிய வின்னிக்கு அரசு பல வகைகளில் தொல்லை கொடுத்தது. அரசியலை விட்டு விலகாவிட்டால் பல பிரச்சனைகளைச் சந்திக்க வேண்டியிருக்கும் என, நேரடியாகவும் மறைமுகமாகவும் எச்சரிக்கைகள் விடுக்கப்பட்டன. ஆனால் வின்னி எதற்கும் அஞ்சாமல் தனது இன மக்களின் விடுதலை ஒன்றே தனது லட்சியம் என்று தொடர்ந்து அரசியல் பணிகளில் ஈடுபட்டு வந்தார்.

1969 -ஆம் ஆண்டில் ஒரு நாள் நள்ளிரவைத் தாண்டிய நேரத்தில், காவல் துறையினர் வின்னியின் வீட்டை முற்றுகையிட்டனர். தனது பத்து மற்றும் ஒன்பது வயது பெண் குழந்தைகளுடன் உறங்கிக்

கொண்டிருந்த வின்னி, சத்தத்தைக் கேட்டு அலறி அடித்துக் கொண்டு ஓடிவந்து கதவைத் திறந்தார். வாசலில் போலீஸ்காரர்கள் வின்னியைக் கைது செய்யத் தயாராக வந்திருந்தனர். தடை செய்யப்பட்ட ஆப்பிரிக்க தேசிய காங்கிரஸ் கட்சிக்காகத் தீவிரமாக பணியாற்றியதால் அவர் கைது செய்யப்படுவதாக காவல்துறை அதிகாரி ஒருவர் கூறினார்.

வின்னி மீது பல்வேறு வழக்குகள் தொடுக்கப்பட்டன. அவர் மீதான குற்றங்களை நிரூபிக்கப் பொய்யான சாட்சிகளும் உருவாக்கப்பட்டன. வின்னி மீதான ஓரிரு குற்றச்சாட்டுகள் நிரூபிக்கப்படாததால் அவர் விடுதலை செய்யப்பட்டார். எனினும், மீதி வழக்குகள் முடியும் வரை கிட்டத்தட்ட இரண்டு ஆண்டுகள் தனிமைச் சிறையில் அடைக்கப்பட்டார். உற்றார், உறவினர், நண்பர், கட்சி உறுப்பினர்கள் யாருடனும் தொடர்பு வைத்துக் கொள்ளக் கூடாது என்ற கடுமையான நிபந்தனையுடன் அவர் விடுவிக்கப்பட்டார்.

வெளியே வந்த வின்னிக்கு உடல் நலம் குன்றியது. நோயாளியாக இருந்த வின்னியைப் பார்க்க, அவரது சகோதரி வந்திருந்தார். அதையே சாக்காக வைத்து வின்னியை மீண்டும் கைது செய்தது காவல்துறை. உறவினர்களைச் சந்திக்கக் கூடாது என்ற நீதிமன்ற உத்தரவை வின்னி மீறிவிட்டார் என்பதுதான் அவர் மீதான குற்றச்சாட்டு. மீண்டும் கூண்டில் நிறுத்தப்பட்டார். நீதிமன்றம் அவருக்கு ஐந்து ஆண்டுகள் சிறைத் தண்டனை விதித்துச் சிறையில் அடைத்தது.

சிறையில் அடைக்கப்படுவதும், வெளியே வருவது, பின்னர் புதிய குற்றச்சாட்டுகளுடன் மீண்டும் சிறையில் அடைக்கப்படுவது என வின்னியின் நாள்கள், சிறையில் பாதியும், வீட்டில் பாதியுமாகக் கழிந்தன. உறவினர், குழந்தைகள், நண்பர்கள் ஆகியோர் அவரை விட்டுக் கொஞ்சம் கொஞ்சமாக விலக, தனித் தீவுபோல் ஆனது வின்னியின் வாழ்க்கை.

1977 -ஆம் ஆண்டு சொவேட்டோ பகுதியில் இருந்த வின்னியின் வீட்டை ஆயுதம் தாங்கிய காவல்துறை பெட்டாலியன் ஒன்று

அதிகாலை இரண்டு மணி அளவில் சுற்றி வளைத்தது. வின்னியை உடனடியாக அங்கிருந்து மூட்டை முடிச்சுகளுடன் கிளம்புமாறு துப்பாக்கி முனையில் அச்சுறுத்தியது. வின்னியைச் சுமந்து கொண்டு போலீஸ் வாகனம் சொவேடோவில் இருந்து பிராண்ட்ஃபோர்ட் பகுதியில் உள்ள ஒரு வீட்டை அடைந்தது. மின்சாரம், குடிநீர் உள்ளிட்ட எந்த அடிப்படை வசதியும் இல்லாத பாழடைந்த வீடு அது. கிட்டதட்ட ஏழு ஆண்டுகாலம் அங்கே வின்னி வீட்டுக் காவலில் அடைக்கப்பட்டார். அந்தப் பகுதி அக்கம் பக்கம் யாருமே இல்லாத பொட்டல் காடு. உற்றார், உறவினர், நண்பர்கள், குழந்தைகள் என யாருமே வின்னியைச் சந்திக்க அனுமதிக்கப்படவில்லை.

ஏற்கனவே ஐந்து ஆண்டுகால தனிமைச் சிறைக்குப்பின், தற்போது மீண்டும் ஏழு ஆண்டுகால தனிமை வீட்டுக்காவல். சொல்லி அழவோ, ஆறுதல் சொல்லவோ கூட யாருமே இல்லாத நிலையில், வின்னி உடலாலும், மனத்தாலும், கடுமையாகப் பாதிக்கப்பட்டார். தனிமை அவரை வாட்டி வதைத்தது. அவரைச் சுற்றி இருபத்தி நான்கு மணி நேரமும் போலீஸ் காவல் இருந்ததால் அவர்களை மீறி வின்னியால் எதுவுமே செய்ய முடியவில்லை. கணவர், மனைவி, குழந்தைகள் ஆகிய மூவருமே ஒருவரை ஒருவர் சந்திக்க முடியாத சூழலில் பிரிக்கப்பட்டு, தனிமைப்படுத்தப் பட்டனர்.

1982 - ஆம் ஆண்டு வின்னியின் மீதான தடை மீண்டும் ஐந்து ஆண்டுகளுக்குப் புதுப்பிக்கப்பட்டது. மீண்டும் அதே பாழடைந்த வீட்டில் வின்னி அடைக்கப்பட்டார். ஆனால் இந்த முறை மக்கள் வின்னி மீதான அடக்குமுறையை எதிர்த்துக் குரல் கொடுக்கத் தொடங்கினர். பெரியவர்கள், சிறியவர்கள் என அனைவரும், அரசின் சர்வாதிகாரத்தை எதிர்த்துப் போராட்டக் களத்தில் இறங்கினர். நாளுக்கு நாள் மக்களின் எதிர்ப்பு அதிகமாகவே, வேறு வழியின்றி 1985 -ஆம் ஆண்டு வின்னியை வீட்டுக் காவலில் இருந்து விடுதலை செய்தது அரசு.

வின்னியின் சிறைவாசம் கருப்பின மக்களிடையே மிகப்பெரிய அனுதாபத்தை ஏற்படுத்திக் கொடுத்தது. இனத்தின் விடுதலைக்காக

ஒரு பெண் தீவிர அரசியலில் இறங்குவதும், சிறை செல்வதும் அவர்களுக்கு ஆச்சரியாக இருந்தது. தவறுகளைச் சுட்டிக்காட்டும் குணம், வெள்ளையரை எதிர்க்கும் வீரம், தொண்டர்களிடம் காட்டிய கனிவு ஆகிய அணுகுமுறைகள் கருப்பின மக்களை அவர்பால் ஈர்த்ததில் வியப்பேதும் இல்லை.

விரைவிலேயே கருப்பின மக்களின் ஏகோபித்த ஒரே தலைவியாக வின்னி ஏற்றுக்கொள்ளப்பட்டார். வின்னிக்குத் தலைமைப் பொறுப்பைக் கொடுப்பதில், சில ஆணாதிக்க ஆப்பிரிக்க காங்கிரஸ் பிரமுகர்களுக்கு உடன்பாடு இல்லை. ஆனாலும் கருப்பின மக்களின் அங்கீகாரமும் செல்வாக்கும் உள்ள ஒரே நபராக வின்னி விளங்கியதால், மக்கள் தீர்ப்புக்குத் தலை வணங்குவதைத் தவிர எதிர்ப்பாளர்களுக்கு வேறு வழி இல்லாமல் போனது.

இனவெறிக் கொள்கைகளைக் கைவிட்டு நெல்சன் மண்டேலாவை விடுவிக்குமாறு தென் ஆப்பிரிக்க அரசை ஏனைய உலக நாடுகள் நிர்பந்திக்கத் தொடங்கின. மண்டேலாவை விடுவிக்க விரும்பாத தென் ஆப்பிரிக்க அரசு, கருப்பின மக்களுக்கு சில சலுகைகளை மட்டும் வழங்க முடிவு செய்தது. அதுவும் முழுமையாக இன்றி கசப்பு மாத்திரையின் மீது தடவப்படும் இனிப்பு போன்று ஏதோ ஒப்புக்கு ஏற்றுக் கொண்டது.

1980 -ஆம் ஆண்டு தென் ஆப்பிரிக்கப் பிரதமராக இருந்த திரு பிடபிள்யூ போதா (Botha) தனது வெள்ளை இன மக்களுக்கு விடுத்த அறிக்கையில், 'இனவேற்றுமைக் கொள்கையை நீண்ட காலத்துக்குக் கடைப்பிடிக்க முடியும் என்று தோன்றவில்லை. அந்நிய முதலீடு களை வரவேற்கவும், சரிந்து கிடக்கும் பொருளாதாரத்தைத் தூக்கி நிறுத்தவும், நமது கொள்கையைச் சிறிது தளர்த்திக் கொள்ளத்தான் வேண்டும்' என்றார்.

தென் ஆப்பிரிக்க கருப்பின மக்களும் சத்தியாக்கிரகம், அஹிம்சை போன்ற கொள்கைகளில் நம்பிக்கை இழந்து விட்டனர். ஆயுதப் போராட்டம்தான் விடுதலைக்கு ஒரே வழி என்று முடிவான நிலையில், சிறிய பிரச்சனை கூட பூதாகாரமாக வெடித்து துப்பாக்கிச் சூடு வரை செல்வதால் உயிரிழப்புகள் சகஜமாகி விட்டன. எனவே

தென் ஆப்பிரிக்க அரசு உலக நாடுகளைத் திருப்திப்படுத்த சில சலுகைகளை அறிவித்தது. கருப்பின மக்கள் சில பகுதிகளில் மட்டும் சொந்தமாக வீடு, நிலம் வாங்க அனுமதிக்கப்பட்டனர். கருப்பின மக்கள் வாழ்ந்து வரும் சில பகுதிகளுக்கு மின் இணைப்பு வழங்கப் பட்டது. ஆனால் இத்தகைய சலுகைகள் அனைத்துமே அரசுக்கு ஆதரவாக இருக்கும் ஒரு சில கருப்பின மக்களுக்கு மட்டுமே வழங்கப்பட்டன.

கடலில் கரைத்த பெருங்காயம் போல், அரசு அறிவித்த சலுகை கள் பெரும்பாலான கருப்பின மக்களைச் சென்றடையவில்லை. குறிப்பிட்ட சிலர் மட்டுமே சலுகைகள் பெற்றதால், ஒற்றுமையாக இருந்த கருப்பின மக்களுக்கு இடையே பகைமையும் பொறாமை யும் தோன்றின. ஒரே கல்லில் இரண்டு மாங்காய் அடிப்பது போல, சலுகைகளை வழங்கிய அதே நேரம், கருப்பின மக்களைப் பிரித் தாளும் சூழ்ச்சியிலும் பிரிட்டிஷார் வெற்றி பெற்றனர்.

கருப்பின மக்களுக்கு அரசு அறிவித்த சலுகைகளை, வெள்ளை யர்கள் ஏற்றுக் கொள்ளவில்லை. பல ஆண்டுகளாக கருப்பின மக்களை அடிமைகளாகவே நடத்தி வந்தவர்கள் வெள்ளையர்கள். இப்போது திடீரென தங்களுக்குச் சமமாக சில கருப்பர்கள் வளருவது அவர்களுக்குப் பிடிக்கவில்லை. இந்த நிலை தொடர்ந் தால், விரைவில் கருப்பின மக்கள் ஆட்சி, அதிகாரம் என அனைத் திலும் பங்கு கேட்பார்கள் என்று அஞ்சினர்.

தென் ஆப்பிரிக்காவின் 28 மில்லியன் மக்கள் தொகையில் வெள்ளை யர்களின் எண்ணிக்கை 5 மில்லியன் மட்டுமே. கருப்பின மக்கள் விடுதலை பெற்று ஆட்சியைக் கைப்பற்றும் நாள் வெகு தூரத்தில் இல்லை என்ற முடிவுக்கு வந்த பல வெள்ளையர்கள், கொஞ்சம் கொஞ்சமாக தென் ஆப்பிரிக்காவை விட்டு வெளியேறத் தொடங்கி னர். இதனால் வெள்ளையர்களின் எண்ணிக்கை வேகமாகக் குறையத் தொடங்கியது.

1983 -ஆம் ஆண்டு ஆங்கிலேய அரசு மேலும் சில சட்டத் திருத்தங் களைக் கொண்டு வந்தது. குறிப்பாக, தென் ஆப்பிரிக்க பாராளு மன்ற அமைப்பில் சில மாற்றங்களை அறிமுகப்படுத்தியது.

ஆங்கிலேயர், கருப்பினத்தவர், ஆங்கிலேயர் அல்லாத வேறு ஐரோப்பிய கருப்பின கலப்பினத்தவர் என தென் ஆப்பிரிக்காவில் மூன்று இனத்தவர் வாழ்ந்து வருகின்றனர். இவற்றில் மூன்றாவது பிரிவில் சுமார் பத்து லட்சம் இந்தியர்களும் அடங்குவர்.

இந்த மூன்று பிரிவினரும் தத்தம் வேட்பாளர்களைத் தேர்வு செய்து ஆட்சி அமைக்கலாம் என்று அரசு முடிவு செய்தது. ஆனால் மற்ற இரு இனத்தவரும் ஆங்கிலேய ஆட்சிக்கு உட்பட்டுதான் அரசை நடத்த வேண்டும். அவர்கள் மீதான முழு அதிகாரம் ஆங்கிலேயர்களுக்குத் தொடர்ந்து இருக்கும் என்றும் சட்டத் திருத்தங்கள் கொண்டு வரப்பட்டன.

புதிய பாராளுமன்றச் சட்டங்களுக்கு வெள்ளையர்கள் முழு ஆதரவு அளித்தனர். ஆனால், மற்ற இரு பிரிவினரும் கடுமையான எதிர்ப்பைத் தெரிவித்தனர். தலை ஆட்டி பொம்மை போல, அதிகாரம் இல்லாத பொறுப்பை ஏற்றுக்கொள்ள அவர்கள் விரும்பவில்லை. கடிவாளத் தையும், சாட்டையையும் பிரிட்டிஷாரின் கைகளில் கொடுத்து விட்டு, பொதி சுமக்கும் கழுதைகளாக இருக்க மாட்டோம் என்ற தங்கள் நிலைப்பாட்டை அரசாங்கத்திடம் தெள்ளத் தெளிவாகத் கருப்பின மக்கள் தெரிவித்தனர்.

புதிய சட்டம் அறிமுகமான அடுத்த நாளே ஆயிரக்கணக்கான மக்கள் அரசுக்கு எதிராகத் திரண்டனர். அதுநாள் வரைக்கும் கருப்பின மக்களும், ஆங்கிலேயர் அல்லாத மற்ற கருப்பின மக்களும், ஆங்கிலேயர் அல்லாத மற்ற கலப்பின ஐரோப்பிய கலப்பின மக்களும் தனித்தனியே செயல்பட்டு வந்தனர். ஆனால், பிரிட்டிஷ் அரசு இங்கிலாந்து நாட்டவர்களைத் தவிர ஏனை கலப்பின ஐரோப்பிய கருப்பினத்தவர்களை ஒரே தட்டில் வைத்துப் பார்த்ததால், அவர்களும் அரசுக்கு எதிராகப் போராட்டத்தில் குதித்தனர். ஆக, இந்தப் புதிய சட்டம், பிரிந்து கிடந்த ஒரு சில இனங்களை ஒன்று சேர்த்தது. ஐக்கிய ஜனநாயக முன்னணி என்னும் புதிய அமைப்பையும் அவர்கள் தோற்றுவிக்கக் காரணமாக இருந்தது. இந்தச் சட்டத்தால் விளைந்த ஒரே நன்மை இதுதான்.

விடுதலைப் பிரகடனத்தை இந்த அமைப்பும் உறுதி செய்தது. சிறையில் இருந்த நெல்சன் மண்டேலா இதன் போஷகராக நியமிக்கப்பட்டார். சிதறிக் கிடக்கும் பல்வேறு இனங்களைச் சார்ந்த மக்கள் அனைவரையும் ஒரே குடையின் கீழ் கொண்டு வர வேண்டும் என்பதுதான் இந்த அமைப்பின் முக்கியக் கொள்கை.

பிரிட்டிஷாரின் பிரித்தாளும் சூழ்ச்சியை முறியடிக்க அனைத்து இனத்தவரும் ஒரே அமைப்பின் கீழ் வருவது காலத்தின் கட்டாயம் என்று தென் ஆப்பிரிக்க மக்களுக்கு விளக்கப்பட்டது. அமைப்பு தொடங்கப்பட்ட சில மாதங்களிலேயே 15 லட்சம் உறுப்பினர்கள் பதிவு செய்து கொண்டனர்.

1984 ஆம் ஆண்டு தென் ஆப்பிரிக்க அரசு, மூன்று பிரிவுகளுக்கும் தனித்தனியே பாராளுமன்றத் தேர்தல்களை நடத்தி முடித்தது. தேர்தல்களை எதிர்த்து ஆங்காங்கே போராட்டங்கள் வெடித்தன. 'கல்வியை விட எங்களுக்குச் சுதந்திரம் தான் முக்கியம்' என்ற அட்டைகளைத் தாங்கிய மாணவர் மாணவியர் பள்ளிகளைப் புறக்கணித்தனர். கலவரம், துப்பாக்கிச் சூடு அனைத்தும் நடை பெற்றன. இறந்தவர் எண்ணிக்கை ஆயிரம் என்று பட்டியலிட்டது அரசு. ஆனால் ஐயாயிரத்துக்கும் அதிகம் என்று ஆப்பிரிக்க தேசிய காங்கிரசும், ஐக்கிய ஜனநாயக முன்னணியும் அறிவித்தன.

◻

18

ஷார்ப்பிவில்லி படுகொலை 25ஆவது ஆண்டு நினைவு நாளிலும் துப்பாக்கி சூடு

1985 மார்ச் 21 -ஆம் நாள். உலகையே உலுக்கிய 'ஷார்ப்வில்லி படுகொலை' நடந்து முடிந்து இருபத்தி ஐந்து ஆண்டுகள் கழிந்திருந்தன. அந்த நாளை கருப்பின மக்கள் 'துக்க நாளாக' அனுசரிக்க முடிவு செய்திருந்தனர். இறந்து போன தங்கள் குழந்தைகள், உறவினர்கள் மற்றும் நண்பர்களுக்கு அஞ்சலி செலுத்த குடும்பம் குடும்பமாக கல்லறைகளில் குழுமினார்கள்.

ஒரே இடத்தில் கருப்பின மக்களில் பெரும்பாலானோர் குழுமி இருந்ததைப் பார்த்தவுடன் பிரிட்டிஷாருக்குக் கோபம் தலைக் கேறியது. எதற்காகக் குழுமி இருக்கிறார்கள் என்று கூட யோசிக்காமல், அனைவரின் மீதும் துப்பாக்கிச் சூடு நடத்தப்பட்டது. பலர் செத்து வீழ்ந்தனர். குண்டடிபட்டும் மிதிபட்டும் நூற்றுக்கணக்கானோர் படுகாயமடைந்தனர்.

ஓட முடியாமல் கீழே விழுந்தவர்கள் மீதும் துப்பாக்கிச் சூடு நடத்தி தங்கள் கொலை வெறியைத் தீர்த்துக் கொண்டனர் பிரிட்டிஷ் காவலர்கள். செத்தவர்களைச் சுற்றி பெட்ரோல் ஊற்றப்பட்டது, சோடா பாட்டில்களையும், கற்களையும் பரப்பி, பொதுமக்கள்

தாக்கியதால் தற்காப்புக்காகத் துப்பாக்கிச் சூடு நடத்தியது போன்ற பொய்யான நாடகத்தை அரங்கேற்றினர்.

இதனால் நிலைமை மேலும் மோசமாகியது. கலவரம் அடுத்தடுத்த ஊர்களுக்கும் பரவியது. அமைதியாகக் குழுமியிருந்த மக்கள் மீது துப்பாக்கிச் சூடு நடத்திய அரசை உலக நாடுகள் மீண்டும் கண்டித்தன. ஆனால் எதையும் ஏற்கும் நிலையிலோ, திருந்தும் நிலையிலோ அராஜக ஆங்கிலேய அரசு இல்லை. மாறாக, யாருமே எதிர்பார்க்காத வகையில் 1985 -ஆம் ஆண்டு ஜூலை மாதம் 'அவசர நிலை'யைப் பிரகடனப்படுத்தியது.

அவசர நிலைப் பிரகடனம் - தொடரும் கொடுமைகள்

வழக்கு கிடையாது, நீதிமன்ற விசாரணை கிடையாது - எப்போது, யாரை வேண்டுமானாலும் கைது செய்து சிறையில் தள்ளலாம். நீதி மன்றத்தில் ஆஜர்படுத்தாமல் எத்தனை ஆண்டுகள் வேண்டுமானாலும் சிறையிலேயே அடைத்து வைத்திருக்கலாம். சித்திரவதை செய்யலாம். ஏன், படுகொலை செய்தால் கூட கேட்க நாதி இல்லை - இதுதான் அவசர நிலையின் அலங்கோலம்.

பத்திரிகைச் செய்திகளையும் தணிக்கைச் செய்த பிறகுதான் வெளி யிடலாம். உண்மை நிலவரத்தை எழுத முடியாது. மொத்தத்தில், போலீசாருக்கு முழு அதிகாரம் வழங்கப்பட்டு இருந்தது. தென் ஆப்பிரிக்க அரசு மக்கள் போராட்டத்தை நசுக்க அவசர நிலையை ஆயுதமாகப் பயன்படுத்திக் கொண்டது. அரசுக்கு ஆதரவான பத்திரிகைகள் அரசின் சாதனைகளை வெளியிட்டன. அரசுக்கு எதிரான எல்லாச் செய்திகளும் வெட்டித் தள்ளப்பட்டன. தணிக்கைக்கு உள்ளான பத்திரிகைகளின் பக்கங்களில் பல பகுதிகள் காலியாக இருந்தன. உலகப் புகழ் பெற்ற அமெரிக்க டைம் பத்திரிகை கூட கடுமையான தணிக்கை காரணமாக, கிட்டத்தட்ட நான்கு பக்கங்கள் செய்தியே இல்லாமல் வெள்ளைத் தாளாகவே வெளிவந்தது.

தென் ஆப்பிரிக்காவில் வாழ்ந்த ஐந்து மில்லியன் வெள்ளையர்களில் ஒவ்வொருவரும் கைத்துப்பாக்கி வைத்திருந்தனர். தங்களைப் பாது

காத்துக் கொள்ள கருப்பினத்தவரைச் சுட்டுத் தள்ள அவர்களுக்கு வாய்மொழி அதிகாரம் வழங்கப்பட்டிருந்தது.

அவசர நிலை பிரகடனத்துக்குப் பிறகு சுமார் முப்பதாயிரம் கருப்பர்கள் விசாரணை எதுவும் இன்றி சிறையில் தள்ளப்பட்டனர். பெண்கள், குழந்தைகள் கூட காரணம் இன்றி சிறையில் தள்ளப் பட்டனர். சிறைக்காவலர்களின் கொடுமை தாங்காமல் பலர் சிறைச் சாலையிலேயே உயிரிழந்தனர். ஒரே அறையில் ஆடு மாடுகள் போல அடைக்கப்பட்டதால், பலர் மூச்சுத் திணறி இறந்தனர். சோறு தண்ணி இல்லாமலும், சுகாதார வசதி இல்லாமலும், நோய்வாய்ப் பட்டும், பலர் மரணம் அடைந்தனர்.

சிறையில் கருப்பின மக்களைக் கொடுமைப்படுத்த பிரிட்டிஷார் பல வழிகளைக் கையாண்டனர். கைதிகள் கைகளை பக்கவாட்டில் நீட்டிக்கொண்டு, இறக்கைகளைப் போல சுழற்றிக் கொண்டே இருக்க வேண்டும். வலி தாங்காமல் கைகளை கீழே தாழ்த்தினால் மூட்டுகளில் அடி உதைதான். இந்த தண்டனைக்கு ‘விமானம்’ என்று பெயர்.

அடுத்த தண்டனையின் பெயர், குளிர்சாதனப் பெட்டி. உடலில் ஒட்டுத்துணி இல்லாமல், ஐஸ் கட்டியின் மீது மணிக்கணக்கில் படுத்திருக்க வேண்டும். கை, கால்களையும் கட்டி விடுவார்கள். குளிரில் உறைந்தே பலர் இறந்து போனார்கள். இன்னும் சிலரை அதிக வோல்டேஜ் மின்சார அதிர்வு கொடுத்துக் கொன்றனர். இதில் கொடுமை என்னவென்றால் ஐந்து வயது, பத்து வயது சிறுவர் சிறுமியர்கூட மேற்கண்ட சித்திரவதைகளுக்கு ஆளானார்கள்.

1988 ஜுன் 6 ஆன்று அவசர நிலை பிரகடனத்தை எதிர்த்து தென் ஆப்பிரிக்க மக்கள் மிகப் பெரிய வேலை நிறுத்தத்துக்கு அழைப்பு விடுத்தனர். சற்றேறக்குறைய இருபது லட்சம் கருப்பின ஊழியர்கள் வேலையைப் புறக்கணித்து, வீடுகளில் அடைந்து கிடந்தனர். மூன்று நாட்கள் தொடர்ந்து நடைபெற்ற இந்த வேலை நிறுத்தம் தென் ஆப்பிரிக்கப் பொருளாதாரத்தை ஸ்தம்பிக்க வைத்தது. மக்கள் வீடுகளில் அடைந்து கொண்டு வெளியே வராமல் இருந்ததால், துப்பாக்கிகளுக்கு இரை தேடி வீதிகளில் அலைந்தது காவல்துறை.

சுடுவதற்கு ஆட்கள் கிடைக்காததால், சவ ஊர்வலம் ஒன்றில் கலந்து கொள்ள வந்தவர்கள் மீது தேவையில்லாமல் துப்பாக்கிச் சூடு நடத்தி தனது வெறியைத் தணித்துக் கொண்டது காவல்துறை. இருபதுக்கும் மேற்பட்டோர் கொல்லப்பட்டனர். மேலும், அவசர நிலையை இன்னும் ஒரு ஆண்டுக்கு நீட்டித்தது. தென் ஆப்பிரிக்கா வின் ஒரு சில பகுதிகளில் மட்டுமே போராட்டங்கள் நடைபெறுவது வழக்கம்.

ஆனால், தற்போது நிலைமை தலைகீழாக மாறி, தென் ஆப்பிரிக்கா வின் எல்லா மாகாணங்களிலும் போராட்டம் வெடிக்கத் தொடங்கி யது. போராட்டம் நடத்துவது இப்போது பொது மக்களுக்கு வாடிக்கையாகிப் போனது. அதுபோலவே, துப்பாக்கிச் சூடு நடத்து வதும் போலீசாருக்கு வாடிக்கையாகிப் போனதுதான் சோகம்.

அஹிம்சைக் கொள்கை காற்றில் கரைந்து போன நிலையில், இளைஞர்கள் வன்முறையில் ஈடுபடத் தொடங்கினர். பெட்ரோல் குண்டுகள், கைத்துப்பாக்கிகள், ஆயுதக் கிடங்கைச் சூறையாடுதல் என மக்கள் எல்லா வழிகளிலும் போலீஸ் அடக்குமுறையை எதிர்த் தனர். ஆனால், ஒரு சிலர் தங்கள் இன மக்களையே அச்சுறுத்தவும்

பணம் பறிக்கவும் இந்த வழியைப் பயன்படுத்திக் கொண்டனர் என்பதுதான் இன்னும் வேதனையான விஷயம்.

ஆயுதம் வாங்க பணம் தேவை என்று மிரட்டி கருப்பின இளைஞர்கள், தங்கள் இனத்தவர்களையே கொள்ளை அடிக்கத் தொடங்கினர். பணக்கார கருப்பர்களின் வீடுகள் சூறையாடப் பட்டன. சிலர் காசுக்கு ஆசைப்பட்டு தங்கள் இனத்தவர்களையே காட்டிக் கொடுத்தனர். அவர்களுக்கு போலீசார் முழு ஆதரவளித்து, அவர்கள் மூலமே தங்கள் திட்டங்களை நிறைவேற்றிக் கொண்டனர்.

விடுதலை வேட்கை கொண்ட பல கருப்பின இளைஞர்கள் காட்டிக் கொடுக்கும் துரோகிகளைத் தண்டிக்க புது முறையைக் கையாண் டனர். கருப்பின துரோகிகள் கழுத்தில் பெட்ரோல் நிரப்பப்பட்ட டியூப் ஒன்றை மாட்டிவிட்டு, அவர்களை உயிருடன் கொளுத்தினர். துரோகிகளுக்குத் தரப்படும் தண்டனையைப் பார்த்து, இனி யாருமே அரசுக்கு ஆதரவாக, கருப்பின மக்களுக்கு எதிராகச் செயல்படக் கூடாது என்று எச்சரிக்கவே இந்த நடவடிக்கை என்று விளக்கமளித்தனர்.

மொத்தத்தில் கொழுந்து விட்டு எரியும் தீப்பந்தமாக மாறியது தென் ஆப்பிரிக்கா. அதில் பிரிட்டிஷ் அரசு குளிர்காய்ந்து கொண்டிருந்தது.

◻

19
நெல்சன் மண்டேலாவை விடுவிக்க உலக நாடுகள் நிர்பந்தம்

ஒரு நாடு ஜனநாயக வழிமுறைகளில் இருந்து தடம் புரண்டாலோ அல்லது இனவெறிக் கொள்கையைக் கடைப்பிடித்தாலோ, அந்த நாட்டை வழிக்குக் கொண்டுவரப் பொருளாதாரத் தடைகள் விதிப்பதும், அதன் மூலம் நிதி ஆதாரங்கள் நிறுத்தப்படுவதும் வழக்கம். சண்டியராக இருந்த பல நாடுகளை இப்படித்தான் அடக்கினர். அதே நடவடிக்கைதான் இப்போது தென் ஆப்பிரிக்க அரசின் மீதும் எடுக்கப்பட்டது. இதைத்தான் இருபது ஆண்டுகளுக்கு முன்பே கோரினார் நெல்சன் மண்டேலா. ஆனால், தென் ஆப்பிரிக்காவின் அடக்குமுறைகள் பரவலாக வெளியே தெரியாத காரணத்தாலும், அடக்குமுறையை அமல்படுத்துவது வெள்ளையர்கள் என்பதாலும், உலக நாடுகள் அவரது வேண்டுகோளுக்குச் செவி சாய்க்கவில்லை.

தென் ஆப்பிரிக்கா அவசர நிலையை ரத்து செய்யாததாலும், இனவெறிக் கொள்கையை தொடர்ந்து கடைப்பிடித்து வந்ததாலும், உலக நாடுகளின் பலத்த கண்டனத்துக்கு உள்ளானது. பல நாடுகள் பொருளாதாரத் தடைகளையும் விதித்தன. பன்னிரண்டு ஐரோப்பிய

நாடுகள் தங்கள் தூதர்களைத் திரும்பப் பெற்றுக் கொண்டன. கத்தோலிக்கர்களின் மதகுருவான புனித போப் ஆண்டவரும், தென் ஆப்பிரிக்க இனவெறிக் கொள்கை, மனிதர்களை இழிவு படுத்தும் செயல் என்று கண்டித்து அறிக்கை விடுத்தார்.

1986 -ஆம் ஆண்டு பிரிட்டிஷ் அரசாங்கமும், ஒப்புக்கு தென் ஆப்பிரிக்கா அரசின் நடவடிக்கைகளுக்கு பலத்த ஆட்சேபம் தெரி வித்தது. துர்நடவடிக்கைகள் தொடர்ந்தால் இரண்டாம் உலகப் போரை விட அதிகமான உயிரிழப்புகள் மீண்டும் அந்நாட்டில் ஏற்படும் என்று எச்சரித்தது. தென் ஆப்பிரிக்க அரசியலில் அதிக ஆர்வம் காட்டாத அமெரிக்காவும், அந்த நாட்டுக்கு எதிராகக் குரல் கொடுக்கத் தொடங்கியது. தொலைக்காட்சிகளிலும், செய்தித்தாள் களிலும் வந்த காட்சிகளும், செய்திகளும் அமெரிக்கர்களை அதிர்ச்சிக்குள்ளாக்கியது. இப்படிக்கூட ஒரு அரசு மனிதர்களை விலங்குகள் போல வேட்டையாடுமா என்று ஆவேசமடைந்தனர்.

அமெரிக்கத் தலைநகரில் உள்ள தென் ஆப்பிரிக்க தூதரகத்தின் முன்பு ஆயிரக்கணக்கான அமெரிக்கர்களும் பாராளுமன்ற செனட் உறுப்பினர்களும் போராட்டம் நடத்தியதால் கைது செய்யப் பட்டனர். தென் ஆப்பிரிக்காவில் இருந்த அமெரிக்க நிறுவனங்களும் தங்கள் வர்த்தகத்தை மூடிவிட்டு தாய்நாடு திரும்பத் தொடங்கினர். அமெரிக்கா அதிக அளவில் உதவிகள் செய்து வருவதால், அந்நாடு பொருளாதாரத் தடைகளை விதித்தால் மட்டுமே, தென் ஆப்பிரிக்கா தனது இனவெறிக் கொள்கையையும், அவசர நிலைமையையும் திரும்பப் பெறும் என உலக நாடுகள் வேண்டுகோள் விடுத்தன.

அப்போது அமெரிக்க அதிபராக இருந்த ரோனால்ட் ரீகன் அனைவரின் வேண்டுகோளையும் ஏற்று, தென் ஆப்பிரிக்காவுக்கான நிதி உதவிகளுக்குத் தடை விதித்தார். மேலும், தென் ஆப்பிரிக்க விமானங்கள் அமெரிக்க நகரங்களில் தரை இறங்கக்கூடாது என்றும் ஆணையிட்டார். பிரபலமான மான்ஹட்டன் வங்கி உள்ளிட்ட சில பன்னாட்டு வங்கிகளும், பிரிட்டிஷ், ஜெர்மன் மற்றும் சுவிட்சர்லாந்து வங்கிகளும், தென் ஆப்பிரிக்க அரசுக்கு வழங்கிய கடன்களை உடனே திரும்பச் செலுத்துமாறு கட்டளை இட்டன. இந்தக் கடன்

களின் மதிப்பு அப்போதைய மதிப்பில் சுமார் பதின்மூன்று பில்லியன் டாலர்கள். தென் ஆப்பிரிக்காவின் மீது பல பொருளாதாரத் தடைகள் இருந்ததால், அந்த நாட்டின் கரன்சி மதிப்பும் ஒரே நாளில் 35 சதவிகிதம் சரிந்து, அதளபாதாளத்தில் வீழ்ச்சி அடைந்தது.

தென் ஆப்பிரிக்க வர்த்தக பிரமுகர்களும் அதிருப்தியில் இருந் தனர். அரசின் கொள்கைகளால் அவர்களது தொழில்கள் கடுமை யாகப் பாதிக்கப்பட்டிருந்தன. உலக நாடுகள் விதித்த பல்வேறு தடைகள் காரணமாக ஏற்றுமதி இறக்குமதிகள் கணிசமாகக் குறைந் திருந்தன. எனவே சரிந்து கொண்டிருக்கும் பொருளாதாரத்தைத் தூக்கி நிறுத்த, கருப்பினத் தலைவர்களுடன் பேச்சுவார்த்தைகள் தொடங்க வேண்டும் என்று உலக நாடுகள் அரசை நிர்பந்தித்தன.

ஆனால் தென் ஆப்பிரிக்க அரசு எதற்கும் மசியவில்லை. மாறாக, மண்டேலாவை, 1982 மார்ச்சில் ராபின் தீவு சிறையில் இருந்து பொல்ஸ்மூர் (Pollsmoor) சிறைச்சாலைக்கு மாற்றியது. மண்டேலா வின் சிறை மாற்றத்துக்கான சரியான காரணம் எதுவும் கூறப்பட வில்லை. இருப்பினும், சிறைச்சாலையில் உள்ள மற்ற கைதிகளை மண்டேலா தனது பேச்சாற்றலால் வசீகரித்து, வெள்ளையர் ஆதிக்கம், கருப்பின அடிமைத்தனம், விடுதலை உள்ளிட்ட நாட்டு நடப்புகள் அனைத்தையும் விளக்கிச், சுதந்திர எண்ணங்களைத் தூண்டி விடுகிறார், என்பதுதான் அவரை வேறு சிறைக்கு மாற்ற முக்கியக் காரணமாகக் கருதப்பட்டது.

சிறைச்சாலை மாற்றம் மண்டேலாவிடம் எந்த மாற்றத்தையும் ஏற்படுத்தவில்லை. காலை எழுந்தவுடன் வழக்கம்போல் உடற் பயிற்சியையும், நடைப்பயிற்சியையும் விடாமல் தொடர்ந்தார். புத்தகங்கள் படித்தார். ராபின் தீவுச் சிறைச்சாலையில் வழங்கப் பட்ட உணவை விட, போல்ஸ்மூர் உணவு பரவாயில்லை ரகத்தில் இருந்தது. மண்டேலாவின் பாதுகாப்புக்காக ராபின் சிறைக் காவல ரான சார்ஜெண்ட் கிரெகொரியே இங்கும் நியமிக்கப்பட்டார். ஆம். மண்டேலாவுடன் சேர்ந்து அவரும் மாற்றப்பட்டிருந்தார். இருவ ருக்கும் ஏறக்குறைய இருபது ஆண்டு காலப் பழக்கம் என்பதால் பரஸ்பர மரியாதையும் மதிப்பும் இருந்தன.

இன்னொரு சந்தோஷமான நிகழ்ச்சியும் நடைபெற்றது. சிறைச்சாலைக்கு அதிக முறை வரும் வாய்ப்பு வின்னி மண்டேலா வுக்குக் கிடைத்தது. சந்திக்கும் நேரம் முடிந்து விட்டால், இருவரி டமும் மெதுவாகவும், நாகரிகமாகவும் அதை உணர்த்தினார் சார்ஜெண்ட் கிரெகொரி. வெள்ளைத் தோலுக்கு மட்டுமின்றி, வெள்ளை உள்ளத்துக்கும் கிரெகொரி சொந்தக்காரராக இருந்தார்.

மூன்று கருப்பின இளைஞர்கள் ப்ரிடோரியா வங்கி ஒன்றை முற்றுகையிட்டு அங்கு பணியாற்றிக் கொண்டிருந்த இருபத்தி ஐந்து வெள்ளையர்களை பிணைக் கைதிகளாக்கி, மண்டேலாவை விடுதலை செய்யாவிட்டால் இவர்களை சுட்டுக் கொன்று விடுவோம் என்று மிரட்டினார்கள். ஆனால் எதிர்பாராத விதமாக போலீஸ் அதிரடிப்படை உள்ளே புகுந்து மூன்று கருப்பின இளைஞர்களையும் சுட்டுக் கொன்று வெள்ளையர்களை பத்திரமாக மீட்டது.

மண்டேலாவின் அமைதிப் போராட்டத்திற்கு இது கரும்புள்ளியாக அமைந்தது. ஆனால் கருப்பின மக்களோ இறந்த இந்த இளைஞர் களை மாலை மரியாதையுடன் அடக்கம் செய்தனர். அவர்களின் இறுதி ஊர்வலத்தில் சுமார் இருபத்தி ஐந்தாயிரம் மக்கள் கலந்து கொண்டு அஞ்சலி செலுத்தினர். பொது மக்களின் போராட்ட குணமும், தீவிரவாதமும் நீறு பூத்த நெருப்பாக இன்னும் இருக்கிறது என்பதை இந்தச் சம்பவங்கள் மூலம் அரசு உணர்ந்து கொண்டது.

'மண்டேலாவை விடுதலை செய்' - இதுதான் உலக நாடுகள் தென் ஆப்பிரிக்க அரசிடம் வைத்த ஒரே கோரிக்கை. அந்த ஒரே ஒரு நபரை விடுதலை செய்து விட்டால் தென் ஆப்பிரிக்காவின் அனைத்து பிரச்னைகளும் முடிவுக்கு வரும் என்று உலக நாடுகள் நம்பின. அது உண்மையும்கூட. வெளி உலகத்தைப் பார்க்க முடியாமல் சிறையில் அடைபட்டுக் கிடந்தாலும், இந்த உலகமே மண்டேலாவை உன்னிப்பாகக் கவனித்துக் கொண்டிருந்தது. பல்வேறு பல்கலைக் கழகங்கள் அவருக்கு டாக்டர் பட்டம் அளித்து கௌரவித்தன. பல நாடுகள் அவரது பெயரை முக்கியத் தெருக்களுக்குச் சூட்டி அவருக்குப் பெருமை சேர்த்தன.

உலகப் புகழ் பெற்ற பத்திரிகை நிறுவனங்கள் மண்டேலாவைப் பேட்டி எடுக்க அனுமதி கோரின. நீண்ட நெடிய போராட்டத் துக்குப் பிறகு நியூயார்க் டைம்ஸ் (New York Times) என்ற ஒரே ஒரு பத்திரிகைக்கு மட்டும் அனுமதி கிடைத்தது. பேட்டி எடுத்த நேரம் முழுவதும் மண்டேலா மிகவும் உணர்ச்சிவசப்பட்டுக் காணப் பட்டார் என்கிறார் அந்தப் பத்திரிகை ஆசிரியர் சாமுவேல் டாஷ்:-

'நாங்கள் இந்த மண்ணின் மைந்தர்கள். இந்த நாட்டில் சுதந்திரமாக வாழ்வது எங்கள் பிறப்புரிமை. இதை அடுத்தவர்களிடம் கேட்டுப் பெற வேண்டிய துர்பாக்கிய நிலையில் இருக்கிறோம் என்பதுதான் வேதனையான விஷயம். காந்தியடிகளின் சத்தியாக்கிரகம், ஒத்துழையாமை, அஹிம்சை உள்ளிட்ட பல அறவழிப் போராட் டங்களை நடத்தி எந்தப் பயனும் இல்லை. அமைதி வழி மூலம் சுதந்திரம் கிடைக்கும் என்ற நம்பிக்கையை நான் இழந்து விட்டேன். வேறு வழி இல்லாத நிலையில்தான் எங்கள் கருப்பின மக்கள் ஆயுதங்களை ஏந்தி இருக்கின்றனர். இதற்காக முழுப்பொறுப்பும் அரசையே சாரும். எங்களுக்குச் சுதந்திரம் கிடைத்தால் ஆங்கி லேயர்களை நாட்டை விட்டு விரட்டி விடுவோம் என்பது வெறும் கற்பனை. நாங்கள் அவர்களை எங்கள் சகோதரர்களாகத்தான் கருதுகிறோம். கருப்பு இனமும், வெள்ளை இனமும் ஒற்றுமையாக இருக்க வேண்டும் என்பதுதான் எங்கள் விருப்பம். நாங்கள் சுதந்தரம் பெற்ற பிறகும், எங்களுடனேயே ஆட்சியில் பங்கேற்று, எந்தப் பிரச்சனையும் இன்றி நீங்கள் வாழ உத்தரவாதம் தருகிறேன் என்றார் மண்டேலா.

1988 ஜுலை 18 அன்று மண்டேலாவின் எழுபதாவது பிறந்தநாள். தென் ஆப்பிரிக்க கருப்பினம் மட்டுமின்றி உலகமே அவருக்கு வாழத்துத் தெரிவித்தது. ஆனால் அடுத்த மாதமே அவருக்கு இருமலும் மூச்சுத் திணறலும், பேசுவதில் சிரமமும் ஏற்பட்டது. தென் ஆப்பிரிக்காவின் மிகச் சிறந்த மருத்துவமனையில் அவர் அனுமதிக்கப்பட்டார். மருத்துவ பரிசோதனையில் காச நோயின் ஆரம்ப அறிகுறிகள் அவரிடம் இருப்பது கண்டுபிடிக்கப்பட்டது. கடுங்காவல் தண்டனை காரணமாக கல்குவாரிகளில் வேலை செய்தபோது அவருக்குக் காசநோய் ஏற்பட்டிருக்கலாம் என்று

மருத்துவர்கள் சந்தேகித்தனர். எனினும், ஆரம்ப கட்டம் என்பதால் சிகிச்சை நல்ல பயனை அளித்தது. மண்டேலா நன்றாக உடல் நலம் தேறி, இயல்பு நிலைக்குத் திரும்பினார்.

மருத்துவமனையில் சிகிச்சை பெற்றுத் திரும்பிய மண்டேலா, விக்டர் வெர்சன் என்ற இடத்தில் உள்ள சிறைச்சாலைக்கு அனுப்பப் பட்டார். அது மூன்று அறைகள் மற்றும் நீச்சல் குளத்துடன் கூடிய பண்ணை வீடு. அத்தகையச் சூழலில் மண்டேலா இன்னும் விரைவில் குணமடைவார் என்பதால் அந்தப் பண்ணை வீட்டிலேயே சிறை வைக்கப்பட்டார். அங்கு அவரைத் தவிர வேறு யாரும் கிடையாது. துப்பாக்கிகளுடன் ஆட்கள் காவல் காத்தனர். அந்தப் பண்ணை வீட்டில் மண்டேலாவை சகல வசதிகளுடன் வைத்திருப்பதை உலக நாடுகள் நம்ப வேண்டும் என்பதற்காக தென் ஆப்பிரிக்க அரசு புகைப்படங்கள் எடுத்துப் பத்திரிகைகளில் பிரசுரித்தது. மண்டேலா சிறையில் அடைக்கப்பட்ட பிறகு, தென் ஆப்பிரிக்க அரசு வெளியிட்ட அவரது முதல் புகைப்படம் அதுதான்.

மண்டேலாவை விடுவிக்க அரசு பல்வேறு நிபந்தனைகளை விதித்தது. நகர எல்லைகளை விட்டு ஒதுக்குப்புறமாக உள்ள டிரான்ஸ்கீ என்னும் இடத்தில் வசிக்க வேண்டும், வன்முறைப் போராட்டத்துக்கு விடை கொடுக்க வேண்டும், தீவிர அரசியலில் இருந்து விலக வேண்டும் என்ற மூன்று நிபந்தனைகளுக்கும் மண்டேலா ஒப்புக் கொண்டால் அவரை விடுதலை செய்ய தங்களுக்கு ஆட்சேபம் எதுவும் இல்லை என்று அறிக்கை விடுத்தார் அதிபர் போதா.

ஒப்பந்தங்களில் கையெழுத்திட கைதிகளுக்கு அதிகாரமில்லை

நிபந்தனைகளுடன் கூடிய தனது விடுதலைக்கு மண்டேலா கடுமை யான எதிர்ப்பு தெரிவித்தார். இது குறித்து அவர் விடுத்த அறிக்கையை அவரது மகள் ஜிஞ்சி (Zindzi) பொது மக்கள் முன்னிலையில் படித்துக் காட்டினார்:-

'என்னை விடுவிக்க அரசு விதித்துள்ள நிபந்தனைகள் எனக்கு ஆச்சரியத்தை ஏற்படுத்துகின்றன. நான் சிறை புகுந்ததே தென்

ஆப்பிரிக்க சுதந்திரத்துக்காகவும், கருப்பின மக்களின் விடுதலைக் காகவும்தான். அவை நிறைவேறாத பட்சத்தில், சிறையிலிருந்து விடுதலை பெற எனக்கு விருப்பம் இல்லை. என் விடுதலையை விடவும், என் இன மக்களின் விடுதலைதான் எனக்கு முக்கியம். நான் சிறையில் அடைக்கப்பட்ட பிறகு, எனக்காக நடந்த போராட்டங் களில் ஆயிரக்கணக்கானோர் உயிரிழந்திருக்கின்றனர்.

கணவன், மனைவி, பெற்றோர், குழந்தைகள், சகோதர சகோதரிகள் என உறவுகளை இழந்த அனைவருக்கும், என் நன்றியைத் தெரிவித்துக் கொள்கிறேன். என்னுடைய சுயநலத்திற்காக எனது மக்களையும், நாட்டையும் விட்டுக் கொடுக்க மாட்டேன். நாட்டின் விடுதலையை அடகு வைத்துவிட்டு எனக்கு மட்டும் கிடைக்கும் விடுதலை தேவையில்லை. எனது மக்களின் அடிமை விலங்குகள் விலகாமல், எனக்கு விடுதலையில் விருப்பமில்லை.

கணவனையும், மனைவியையும், குழந்தைகளையும் இழந்து அனாதைகளாக மக்கள் பரிதவிக்கும்போது, எனக்கு மட்டும் விடுதலை தேவையில்லை. எனது கருப்பின மக்கள் கொத்தடிமை களாக, சொந்த நாட்டிலேயே அடையாள அட்டையுடன் வாழும் நிலையில் எனக்கு மட்டும் சுதந்திரம் அவசியமில்லை. மொத்தத்தில் எனது நாடு விடுதலைப் பெற வேண்டும். கருப்பின மக்கள் சுதந்திர மாக நடமாட வேண்டும். அவர்களது அடிமை விலங்குகள் நொறுங்க வேண்டும். ஆட்சியில் சமபங்கு வேண்டும். நிறைவாக ஒன்றைச் சொல்லிக் கொள்கிறேன். 'சுதந்திரமான மனிதன்தான் பேச்சு வார்த்தைகளில் பங்கேற்க முடியும். ஒப்பந்தங்களில் கையெழுத்திட கைதிகளுக்கு அதிகாரமில்லை' என ஆணித்தரமாக பதிலளித்தார்.

தென் ஆப்பிரிக்காவின் புதிய அதிபரானார் க்ளார்க்

மண்டேலா விடுதலை தொடர்பான பேச்சு வார்த்தைகள் நான்கு ஆண்டுகள் தொடர்ந்து நடைபெற்றன. நாட்களைக் கடத்துவதற்காக அரசு வெறுமனே பேசிப் பொழுதைக் கழித்துக் கொண்டிருந்தது. உருப்படியான திட்டம் எதுவும் வகுக்கப்படவில்லை. அதற்குள் தென் ஆப்பிரிக்க அரசியலில் மிகப்பெரிய மாற்றம் ஏற்பட்டது. 1989 ஆம் ஆண்டு அக்டோபர் மாதம் அதிபராக இருந்த போத்தா பதவி

விலக, புதிய அதிபராக எஃப் டபுள்யூ டி க்ளார்க் (Klerk) பதவி ஏற்றார். மண்டேலா விடுதலை குறித்த மிக முக்கியமான முடிவை எடுக்க வேண்டிய பொறுப்பு அவருக்கு இருந்தது.

பதவிக்கு வந்தவுடன் உடனடியாக மண்டேலாவின் நண்பரான வால்டர் சிசிலுவையும் மற்றவர்களையும் எந்தவிதமான நிபந்தனை யும் இன்றி விடுதலை செய்தார். அதே ஆண்டு டிசம்பர் மாதம் கேப் டவுன் நகரில் உள்ள ஜனாதிபதி மாளிகையில் வைத்து பேச்சு வார்த்தை நடத்த மண்டேலாவுக்கு அழைப்பு விடுத்தார். அதிபர் க்ளார்க்கின் அழைப்பு நல்ல ஆரம்பம் என உலகின் பிரபல பத்திரிகைகள் செய்தி வெளியிட்டன. உலகின் முன்னணித் தலைவர்கள் க்ளார்க்கின் முயற்சியை வரவேற்று முழு ஆதரவு அளிக்க உறுதி அளித்தன.

20

இருபத்தியேழு ஆண்டுகள் சிறை வாசத்திற்குப் பிறகு மண்டேலா விடுதலை

தென் ஆப்பிரிக்க அதிபர் க்ளார்க் விடுத்த அழைப்பை ஏற்று நெல்சன் மண்டேலா 1989 டிசம்பர் மாதம் கேப் டவுனில் உள்ள ஜனாதிபதி மாளிகையில் அவரைச் சந்தித்து உரையாடினார். இனவெறிக் கொள்கையை ரத்து செய்ய வேண்டும். கருப்பின அடையாள அட்டை முறை ஒழிய வேண்டும், தென் ஆப்பிரிக்கா சுதந்திரம் பெற வேண்டும், ஆட்சியில் சம பங்கு வேண்டும் ஆகிய நான்கு கோரிக்கைகளை மண்டேலா மீண்டும் முன் வைத்தார்.

தனது விடுதலையை விட இவைதான் முக்கியம் என்றும் வேறு எதுவும் தனக்குத் தேவையில்லை என்றும் வாதிட்டார். பிறக்கப் போகும் புதிய ஆண்டிலாவது தனது இனத்துக்கும் நாட்டுக்கும் புதிய விடியல் ஏற்பட வேண்டும் என்று அதிபர் க்ளார்க்கிடம் தனது ஆதங்கத்தையும், விருப்பத்தையும் வெளியிட்டார். மண்டேலாவின் கோரிக்கைகளைப் பரிசீலித்து நல்ல முடிவு எடுப்பதாக அதிபர் க்ளார்க் உறுதி அளித்தார்.

1990 பிப்ரவரி மாதம் தென் ஆப்பிரிக்க அதிபர் க்ளார்க் யாருமே எதிர்ப்பார்க்காத வகையில் பல அதிரடி முடிவுகளை எடுத்தார்.

அவரது அறிக்கையில் காணப்பட்ட முக்கிய விஷயங்கள்:-

- ஆப்பிரிக்க தேசிய காங்கிரஸ் உள்ளிட்ட 60 இயக்கங்கள் சட்டப்பூர்வமாக செயல்பட அனுமதி.
- 374 நபர்கள் மீதான பல்வேறு தடைகள் நீக்கம்
- நிலுவையில் உள்ள மரண தண்டனைகள் ரத்து
- அவசர நிலை வாபஸ்
- புதிய அரசியல் அமைப்புச் சட்டம் விரைவில் அமல்
- நெல்சன் மண்டேலா உடனடியாக விடுதலை

அதிபர் க்ளார்க்கின் அறிக்கையை கருப்பின மக்கள் மட்டுமின்றி உலகமே வரவேற்றது. தென் ஆப்பிரிக்க மக்கள் ஆனந்தக் கூத்தாடினார்கள். மண்டேலா சிறை புகுந்த பிறகு பிறந்தவர்களுக்கு மண்டேலாவின் முகம் கூடத் தெரியாது. ஆனாலும் அவர்கள் மண்டேலாவின் மீது அளவில்லா அன்பும் பாசமும் வைத்திருந்தனர். அந்தக் கருப்புச் சூரியனை எப்போது காண்போம் என லட்சக் கணக்கான மக்கள் அவர் சிறையை விட்டு வெளியே வரும் நாளுக்காக ஆவலுடன் காத்துக் கிடந்தனர்.

ஒன்றல்ல, இரண்டல்ல, இருபத்தி ஏழு ஆண்டுகள் சிறையில் வாடிய நெல்சன் மண்டேலா 1990 பிப்ரவரி 11 அன்று ஞாயிற்றுக் கிழமை சரியாக மாலை 04.15 மணிக்கு விக்டர் வெர்சர் (Victor Verser) சிறைச்சாலையை விட்டு வெளியே வந்தார். கிட்டத்தட்ட பத்தாயிரம் நாட்கள் சிறையில் கழித்த அந்தக் கருப்புத் தங்கம், தியாக தீபமாக, கருப்பின மக்களின் விடிவெள்ளியாக, சிறை மீண்ட காட்சி உலகெங்கும் உள்ள தொலைக்காட்சிகளில் நேரடியாக ஒளிபரப்பப்பட்டது. நாற்பத்தி ஐந்து வயதில் சிறை சென்ற மண்டேலா, இருபத்தி ஏழு ஆண்டுகள் சிறைத் தண்டனைக்குப் பிறகு, தனது எழுபத்தி இரண்டாவது வயதில் சிறை மீண்டு உலக சரித்திரம் படைத்தார்.

ஆம். சமீபத்திய விடுதலைப் போராட்ட உலக வரலாற்றில் 27 ஆண்டுகளில் சிறைத் தண்டனை அனுபவித்த ஒரே தலைவர் நெல்சன் மண்டேலா மட்டுமே.

சிறை மீண்ட மண்டேலாவிற்கு கேப் டவுன் மத்திய மண்டபத்தில் சிறப்பான வரவேற்பு அளிக்கப்பட்டது. அதிபர் க்ளார்க், அரசு அதிகாரிகள் உட்பட லட்சக்கணக்கான மக்கள் அந்தப் பகுதியையே திணற அடித்துக் கொண்டிருந்தனர். 'அமண்ட்லா, அமண்ட்லா' என்று கோஷமிட்டவாறே மண்டேலா பேச எழுந்தார். ஜுலு மொழியில் இதற்கு 'அதிகாரம் நமதே' என்று பொருள். குழுமி இருந்த மக்களும் 'நுவேது, நுவேது' என்று பதில் கோஷமிட்டார்கள். இதற்கு, 'ஆமாம் ஆமாம்.. நம்முடையதுதான்' என்று அர்த்தம்.

"இன மக்களின் விடுதலைக்காகவும், நாட்டின் விடுதலைக்காகவும் நான் சிறை சென்றேன். அதற்கான பலன் கிடைத்து விட்டது. கருப்பினத்தவரும், வெள்ளையினத்தவரும், இனி ஒற்றுமையுடன் சகோதரர்களாக வாழ வேண்டும். சமூகம், பொருளாதாரம், அதிகாரம் அனைத்திலும் சம அந்தஸ்து வழங்கப்பட வேண்டும். இவைதான் என் விருப்பம். இவற்றை நிறைவேற்றவே நான் இன்னும் உயிர் வாழ்ந்து கொண்டிருக்கிறேன். தேவைப்பட்டால் இதற்காக என் உயிரைக் கூட கொடுக்கத் தயாராக இருக்கிறேன்" என்று நா தழுதழுக்கப் பேசினார் மண்டேலா.

இருபது நிமிடங்கள் மட்டுமே அவர் பேசினார். அதற்கு மேல் அவரால் பேச முடியவில்லை.

வின்னியும், இரு மகள்களும் தங்கி இருந்த வீட்டுக்கு மண்டேலா வந்தார். சொவேடோ பகுதியில் வசித்த மக்கள் அனைவரும் திரண்டு வந்து அவரை வரவேற்றனர். மண்டேலாவை விடுதலை செய்ததில் ஐரோப்பிய மற்றும் கருப்பர் கலப்பின மக்களுக்கு உடன்பாடில்லை. ஆட்சி முழுக்க முழுக்க கருப்பினத்தவர் வசம் சென்று விடுமோ என்று அவர்கள் பயந்தனர். எனவே, அவர்களால் மண்டேலாவின் உயிருக்கு ஏதாவது ஆபத்து ஏற்படுமோ என்று அரசு கவலைப்பட்டது. எனவே, மண்டேலாவின் வீட்டுக்கு 24 மணி நேர பாதுகாப்பு வழங்க முடிவு செய்யப்பட்டு, வீட்டைச் சுற்றிலும் ஆயுதம் தாங்கிய போலீசார் காவலுக்கு நிறுத்தப்பட்டனர்.

சிறையில் இருந்து வெளியே வந்த மண்டேலாவுக்கு நிறைய பணிகள் காத்துக் கொண்டிருந்தன. அதிபர் க்ளார்க் அறிவித்த அனைத்தையும் நடைமுறைப்படுத்த வேண்டிய மிக முக்கியப் பொறுப்பு மண்டேலாவுக்கு அளிக்கப்பட்டு இருந்தது. குறிப்பாக, அப்போது அமலில் இருந்த அவசர நிலையை ரத்து செய்ய வேண்டும். சிறையில் அடைக்கப்பட்ட அரசியல் கைதிகள் அனைவரும் விடுவிக்கப்பட வேண்டும். கருப்பின மக்களுக்கு வழங்கப்பட்டிருந்த அடையாள அட்டையையும் உடனடியாக வாபஸ் பெற வேண்டும் என்று மண்டேலா அரசை வற்புறுத்தினார்.

போராட்டத்தின் ஒரு பகுதியாக கொலை வழக்குகளில் கைதான வர்களை அரசியல் கைதிகளாக கருத முடியாது. அவர்கள் கிரிமினல் கைதிகளே என்று அரசு வாதாடியது. உடன்பாடு எட்டப்படாத நிலையில் பேச்சு வார்த்தைகள் இழுபறியாகவே நடைபெற்றன. 1990 மே மாதம் வாக்கில் பிரிட்டிஷ் அரசு கருப்பின மக்களுக்குச் சாதகமான மற்றொரு அறிக்கையை வெளியிட்டது. அதுவரை அரசு பொது மருத்துவமனைகளில் வெள்ளையர்கள் மட்டுமே அனுமதிக்கப்பட்டு சிகிச்சைப் பெற வசதி அளிக்கப்பட்டது. இனி தென் ஆப்பிரிக்காவைச் சேர்ந்த எந்த இனத்தவரும் பொது மருத்துவமனை களில் சிகிச்சைப் பெறலாம் என்று உத்தரவிட்டது.

அதற்கு அடுத்த மாதம் அவசர நிலை ரத்து செய்யப்பட்டது. தொடர்ந்து கருப்பின மக்களைத் தீண்டத் தகாதவர்களாக தனிப்படுத்திய தீண்டாமைச் சட்டம் விலக்கிக் கொள்ளப்பட்டது. அதன் மூலம் பூங்காக்கள், கடற்கரை, நீச்சல் குளம் உள்ளிட்ட பொது இடங்கள், பேருந்துகள், ரயில்கள், உணவகங்கள் ஆகியவற்றை, வெள்ளையர்களுக்குச் சமமாகக், கருப்பின மக்களும் பயன்படுத்த அனுமதிக்கப்பட்டனர்.

'இருபத்தி ஏழு ஆண்டுகள் நான் சிறையில் வாடியதற்கு பலன் கிடைத்து விட்டது' என்று மண்டேலா மகிழ்ந்தார். கிடைத்த சுதந்திரத்தைப் பேணிக் காப்பது, சுதந்திரப் போராட்டத்தை விடக் கடினமானது. எனவே, இப்போதுதான் நாம் முன்பை விட கவனமாக இருக்க வேண்டும். நமது நாட்டின் மீது விதிக்கப்பட்டு இருந்த பொருளாதாரத் தடைகளை உலக நாடுகள் இன்னும் விலக்கிக் கொள்ளவில்லை. அவை முழுமையாக விலக்கப்பட்டால்தான், கிடைத்த சுதந்திரத்தை முழு அளவில் நாம் அனுபவிக்க முடியும். நாட்டையும் முன்னேற்றப் பாதையில் வழி நடத்திச் செல்ல முடியும் என்று அவர் மக்களுக்கு எச்சரிக்கை விடுத்தார்.

தென் ஆப்பிரிக்கா மீதான பொருளாதாரத் தடைகளை ரத்து செய்து, தேவையான உதவிகளை மீண்டும் உலக நாடுகள் வழங்க வேண்டும் என்று மண்டேலா அனைத்துத் தலைவர்களுக்கும் வேண்டுகோள் விடுத்தார். இது குறித்து அவர்களுடன் விவாதிக்கவும், புதிய திட்டங்களுக்கான நிதி ஆதாரங்களைத் திரட்டவும் ஆறு வாரச் சுற்றுப் பயணம் மேற்கொள்ள முடிவெடுத்தார். அதில் பன்னிரண்டு நாட்களை அமெரிக்கப் பயணத்துக்கு மட்டுமே ஒதுக்கினார்.

1990 ஜூன் 20 ஆம் தேதி மண்டேலா தனது மனைவி வின்னி மற்றும் குழந்தைகளுடன் நியூயார்க் நகரை வந்தடைந்தார். நியூயார்க் நகர் முழுவதும் பலத்த பாதுகாப்பு போடப்பட்டு இருந்தது. மண்டேலா வின் பாதுகாப்புக்காக மட்டும் பன்னிரண்டாயிரம் போலீசார் நிறுத்தப்பட்டு இருந்தனர். அதிநவீன கருவிகள், வெடிகுண்டு கண்டு பிடிக்கும் இயந்திரங்கள், ஆகாயத்தில் வட்டமடிக்கும் ஹெலிகாப்டர்கள், குண்டு துளைக்காத வாகனங்கள் என அமெரிக்க

அரசு மண்டேலாவின் பாதுகாப்புக்காகச் செலவு செய்த தொகை சுமார் இரண்டு மில்லியன் டாலர்கள். அமெரிக்க அதிபரின் பாது காப்புக்கே கூட இவ்வளவு செலவு செய்திருப்பார்களா என்பது சந்தேகம்தான்.

நியூயார்க் சிடி ஹால் மைதானத்தில் மண்டேலா பேச ஏற்பாடு செய்யப்பட்டு இருந்தது. ஏராளமான மக்கள் அவரது பேச்சைக் கேட்க குழுமியிருந்தனர். அருகே இருந்த கட்டடங்கள், வீடுகள், வணிக வளாகங்கள் ஆகியவற்றின் மொட்டை மாடிகளில் இருந்து கொண்டு ஆயுதம் தாங்கிய போலீசார் தீவிர கண்காணிப்பில் ஈடுபட்டிருந்தனர். இரவு நடந்த விருந்தில் அரசியல் பிரமுகர்கள், தொழிலதிபர்கள், வெளிநாட்டு தூதரக அதிகாரிகள் என நியூயார்க் நகரில் இருந்த அனைத்து பிரமுகர்களும் கலந்து கொண்டனர். மண்டேலாவைச் சந்திக்கவும், பேசவும் ஒவ்வொருவரும் ஆயிரக் கணக்கான டாலர்கள் கட்டணம் செலுத்தினர் என்பது குறிப்பிடத் தக்கது. தன்னிடம் அளிக்கப்பட்ட நிதி அனைத்தையும் ஆப்பிரிக்க தேசிய காங்கிரஸ் கட்சியின் வளர்ச்சிக்கு வழங்கினார் மண்டேலா.

அடுத்த நாள் அமெரிக்க அதிபர் ஜார்ஜ் புஷ் சீனியரைச் சந்தித்து தென் ஆப்பிரிக்காவின் மீது விதிக்கப்பட்ட தடைகளை நீக்குமாறும், நிதி உதவிகளைத் தாராளமாக வழங்குமாறும் வேண்டுகோள் விடுத்தார். பின்னர் ஐக்கிய நாடுகள் சபையின் சிறப்புக் கூட்டத்தில் கலந்து கொண்டு உரையாற்றினார்.

நியூயார்க்கைத் தொடர்ந்து வாஷிங்டன், பாஸ்டன், அட்லாண்டா, டெட்ராயிட், லாஸ் ஏஞ்சல்ஸ், கலிஃபோர்னியா என அமெரிக்கா வின் முக்கிய நகரங்களுக்கு பயணித்தார். ஒவ்வொரு இடத்திலும் மண்டேலாவுக்கு வரலாறு காணாத வரவேற்பு அளிக்கப்பட்டது. மக்கள் கடலில் நீந்தியவாறே ஒவ்வொரு இடத்தையும் சென்றடைந் தார். மொத்தத்தில் அவருடைய அமெரிக்கப் பயணம் சரித்திரத்தில் பதிவானது.

“எனக்கு எழுபத்தியோரு வயதாகிறது. இருப்பினும் இங்கு வந்த பிறகு, நீங்கள் அளித்த வரவேற்பிலும், உற்சாகத்திலும் நாற்பது வயது குறைந்து, முப்பது வயது இளைஞன் போன்றே உணர்கிறேன். பழைய பேட்டரியை சார்ஜ் செய்தது போன்று புத்துணர்ச்சி கிடைத்துள்ளது. இதற்குக் காரணமான அமெரிக்க மக்களை நான் என்றும் மறக்க மாட்டேன்” என்று தனது அமெரிக்கப் பயணம் குறித்து உணர்ச்சி வசப்பட்டார் மண்டேலா.

அமெரிக்க அதிபர் ஜார்ஜ் புஷ்ஷைத் தொடர்ந்து, பிரான்ஸ் அதிபர் மிட்டராண்ட், வாட்டிகன் நகரில் கத்தோலிக்க மதகுரு இரண்டாம் போப் ஜான் பால், இங்கிலாந்து பிரதமர் மார்க்ரெட் தாட்சர், க்யூபா அதிபர் ஃபிடல் காஸ்ட்ரோ, இந்தோனீஷிய அதிபர் சுஹர்டோ, மலேஷியப் பிரதமர் மகாதிர் முகம்மது, ஆஸ்திரேலியப் பிரதமர் பாப் ஹாக், இந்திய ஜனாதிபதி ஆர். வெங்கடராமன் உள்ளிட்ட உலகத் தலைவர்களைச் சந்தித்து உரையாடினார்.

❑

21

தென் ஆப்பிரிக்க அதிபரானார் நெல்சன் மண்டேலா

தனது ஆறுவார கால சுற்றுப் பயணத்தை முடித்துக் கொண்டு 1990 ஜூலை 18 அன்று தென் ஆப்பிரிக்கா திரும்பினார் மண்டேலா. அன்று இன்னொரு விசேஷமான நாளும் கூட. ஆம் அன்றுதான் அவருடைய எழுபத்தி இரண்டாவது பிறந்தநாள். அன்று அவர் மிகவும் மகிழ்ச்சியுடன் காணப்பட்டார். சென்ற இடமெல்லாம் அவருக்கு மிகச் சிறப்பான வரவேற்பு கிடைத்தது. எதிர்பார்த்தற்கும் அதிகமாகவே தனது ஆப்பிரிக்க தேசிய காங்கிரசுக்கு நிதி குவிந்தது. தென் ஆப்பிரிக்கத் தலைவராக உலகச் சுற்றுப்பயணம் மேற் கொண்டவர் உலகமே மதிக்கும் சர்வதேசத் தலைவராக நாடு திரும்பினார்.

'வெள்ளை ஆதிக்கத்தை எதிர்த்தே நான் போராடினேன். வெள்ளை யர்களை எதிர்த்து அல்ல. ஆகவே, சுதந்திர தென்ஆப்பிரிக்காவில் வெள்ளையர்களுக்கும் இடமுண்டு. இந்த நாட்டை முன்னேற்றப் பாதையில் அழைத்துச் செல்ல அவர்களை இரு கரம் நீட்டி வரவேற் கிறேன்' என்று தான் சுற்றுப்பயணம் மேற்கொண்ட நாடுகளில் மண்டேலா முழக்கமிட்டார். கருப்பினத்தவரும் வெள்ளையரும்

சகோதரர்கள் போல் இணைந்து வாழ வேண்டும் என்றே அவர் விரும்பினார்.

ஆட்சியில் இருவரும் சம பங்கு பெறவேண்டும் என்பது அவரது ஆசை. தென் ஆப்பிரிக்கா கருப்பினத்தில் ஜுலு, க்ஸோஸா, சேதோ, வெண்டா, வானா, தேம்பூ என பல்வேறு முக்கியப் பிரிவுகள் இருந்தன. ஒவ்வொரு பிரிவுக்கும் ஒவ்வொரு பண்பாடு, கலாச்சாரம், மொழி இருந்தது. தென் ஆப்பிரிக்காவின் ஆட்சி மொழியாக மொத்தம் பதினோரு மொழிகள் அங்கீகரிக்கப்பட்டிருந்தன. ஆப்பிரிக்கத் தேசிய காங்கிரஸ் கருப்பின மக்கள் முழுவதற்குமான கட்சியாக இல்லாத காரணத்தால், மண்டேலா சார்ந்த இனம் மட்டுமே அவரது கொள்கைகளுக்குப் பச்சைக் கொடி காட்டியது. ஏனைய கருப்பினப் பிரிவுகளும், ஆங்கிலேயர்களின் தேசியக் கட்சியும், மண்டேலாவின் கருத்துகளுடன் ஒத்துப் போகவில்லை.

கருப்பினப் பழங்குடிகளில் ஜுலு இனத்தவர்கள் அதிக எண்ணிக்கை யில் இருந்ததால், அவர்கள் தலைவன் மன்கொசுது புத்லேழி (Mangosuthu Buthelezi) மிகப் பிரபலமாக விளங்கினான். மண்டேலா வேறு இனத்தைச் சேர்ந்தவர் என்பதால், அவரது கொள்கைகளை ஜுலு தலைவன் ஏற்றுக்கொள்ள மறுத்தான். அதனால் ஆப்பிரிக்க தேசிய காங்கிரஸ் உறுப்பினர்களுக்கும் ஜுலு இனத்தவர்களுக்கும் அடிக்கடி மோதல்கள் வெடித்தன. உயிர்ச் சேதமும் ஏற்பட்டது. மண்டேலாவிற்கு ஜுலு இனத் தலைவன் மிகப் பெரிய தலைவலி யாகவே திகழ்ந்தான்.

மிகப் பெரிய இனத்தின் தலைவனாக இருந்து கொண்டு, மண்டேலா வுக்குக் கீழ்ப்படிய மன்கொசுது விரும்பவில்லை. பிரிட்டிஷாரிடம் இருந்து தென் ஆப்பிரிக்கா விடுதலை பெறும் போது தனது ஜுலு இனம் பெரும்பான்மையாக இருந்த இடங்களும் தென் ஆப்பிரிக்கா வில் இருந்து விடுதலைப் பெற வேண்டும் என்று அவன் விரும்பினான்.

இது நிறைவேறும் பட்சத்தில், ஜுலு பகுதிகளுக்கு தானே சர்வ பல்லமை படைத்த அதிபராக பதவி ஏற்க வேண்டும் என்பது அவனது நெடுநாள் ஆசை. ஜுலு இனம் 1879 இல் வெள்ளையரை எதிர்த்துப் போராடிய இனம். எங்களுக்கென்று தனி பாரம்பரியம்,

பண்பாடு உள்ளது. மற்ற தென் ஆப்பிரிக்க பழங்குடி இனத்தவரை விட நாங்கள் மேம்பட்டவர்கள். எனவே, ஜுலு இன மக்களுக்குத் தனி நாடு வேண்டும் என்று மன்கொசுது வாதிட்டான்.

ஆனால் மண்டேலா அவனது கோரிக்கைகளை ஏற்கவில்லை. தென் ஆப்பிரிக்கா கருப்பின மக்கள் அனைவருக்கும் பொதுவானது. கருப்பினப் பழங்குடியினர் தனி நாடு கேட்பது முறையல்ல. பழைமை முறைகளை ஒழித்து, தென் ஆப்பிரிக்காவை நவீன உலகுக்கு அழைத்துச் செல்ல வேண்டும் என்று மண்டேலா தெளிவு படுத்தினார். ஆனால் மற்ற பழங்குடி இனத் தலைவர்கள் அதற்கு ஒப்புக் கொள்ளவில்லை. கருப்பினம், வெள்ளையர் மற்றும் கருப்பின, வெள்ளையின, கலப்பினம் ஆகிய நாட்டவர் அனைவரை யும் ஒருங்கிணைத்து ஆட்சியை அமைக்க வேண்டும் என்ற மண்டேலாவின் கருத்து எடுபடவில்லை.

விளைவு, 1990 தொடங்கி 1994 வரை தென் ஆப்பிரிக்காவில் மீண்டும் இனப் போராட்டங்கள் வெடித்தன. நான்கு ஆண்டுகளில் மட்டும் சுமார் பதினைந்தாயிரம் மக்கள் செத்தனர். சுதந்திரத்துக்கு முன்பு, கருப்பின மக்கள் வெள்ளையருடன் மோதினர். சுதந்திரத் துக்குப் பிறகோ, கருப்பின மக்கள் தங்களுக்குள் மோதிக் கொண்டனர். கஷ்டப்பட்டு பெற்ற சுதந்தரத்தின் பயனாக கருப்பின மக்கள் தங்களுக்குள் மோதிக் கொள்வதைக் கண்ட மண்டேலா வருந்தினார்.

பல்வேறு கலாசாரங்கள், பண்பாடுகள், மொழிகள் கொண்ட பழங்குடி இனத்தவர்களை இணைப்பது மண்டேலாவுக்கு மிகப் பெரிய சவாலாக இருந்தது. ஜுலு இனத்தவர்களுக்கும், ஆப்பிரிக்க தேசிய காங்கிரஸ் உறுப்பினர்களுக்கும் இடையே நடைபெற்ற மோதல்களின் போது பலர் இறந்ததைத் தொடர்ந்து ஜுலு இனத் தலைவன் மன்கொசுவைச் சந்தித்துப் பேசி, பிரச்னைக்குத் தீர்வு காண விரும்பினார் மண்டேலா.

1991 மே 9 அன்று அதிபர் க்ளார்க்குக்கு நீண்ட கடிதம் ஒன்றை எழுதினார் மண்டேலா. அதில் பல்வேறு கோரிக்கைகள் வைக்கப் பட்டிருந்தன:-

- தென் ஆப்பிரிக்காவில் பல மாகாணங்களில் உள்ள ராணுவ முகாம்கள் கலைக்கப்பட வேண்டும்.
- கருப்பின மக்கள் மீது காட்டுமிராண்டித்தனமான தாக்குதல் நடத்திய காவல்துறை அதிகாரிகள் நீக்கப்பட வேண்டும்.
- நீதி விசாரணைக்கு ஏற்பாடு செய்து பாதிக்கப்பட்டவர்களுக்கு நிவாரணம் வழங்க வேண்டும்.
- கருப்பின மக்கள் குறிப்பிட்ட இடங்களில் மட்டுமே தங்க வேண்டும் என்ற சட்டம் ரத்தாக வேண்டும்.

மூன்று வார காலத்துக்குப் பிறகு கருப்பின மக்கள் குறிப்பிட்ட இடங்களில் மட்டுமே தங்க வேண்டும் என்ற சட்டத்தை ரத்து செய்வதாக அரசு அறிவித்தது. இது கருப்பின மக்களின் வாழ்வில் மிகப் பெரிய மாற்றத்தை ஏற்படுத்தியது. காலனிகளாக வாழ்ந்து கொண்டிருந்தக் கருப்பின மக்கள், இனி தென் ஆப்பிரிக்காவில் சுதந்திரமாக வாழ்வதற்கும், எங்கு வேண்டுமானாலும் நிலத்தை வாங்கி, வீடுகட்டிக் கொள்வதற்கும் இந்தச் சட்டம் வழிவகுத்தது. இருப்பினும், மண்டேலாவின் பெரும்பாலான கோரிக்கைகள் நிறை வேற்றப்படாமலே இருந்தன.

1991 ஜுலை 2 அன்று தென் ஆப்பிரிக்க தேசிய காங்கிரசின் 48ஆவது மாநாடு தொடங்கியது. அதில் நெல்சன் மண்டேலா கட்சியின் தலைவராக ஒருமனதாகத் தேர்ந்தெடுக்கப்பட்டார். அதில் சிறப்புரை ஆற்றிய மண்டேலா, கட்சியின் தலைவர் என்ற முறையில் பிரிட்டிஷ் அரசை எதிர்த்து ஆகஸ்ட் 3 மற்றும் 4 தேதிகளில் நாடு தழுவிய பிரம்மாண்ட வேலை நிறுத்தத்துக்கு அழைப்பு விடுத்தார். தென் ஆப்பிரிக்க வரலாற்றில் மிகப்பெரிய வேலை நிறுத்தமாக இது பதிவானது.

தொழிலாளர்கள் வேலைக்குச் செல்லவில்லை. வர்த்தக நிறுவனங்கள், கடைகள், தொழிற்சாலைகள் மூடப்பட்டன. மாணவர்கள் பள்ளி களையும், கல்லூரிகளையும் புறக்கணித்தனர். அடுத்த நாள் ஆகஸ்ட் 5 அன்று மண்டேலா தலைமையில் லட்சக்கணக்கானோர் ப்ரிடோரியாவில் உள்ள அரசு பாராளுமன்றக் கட்டடம் நோக்கி அமைதிப் பேரணி நடத்தினர்.

நாடு தழுவிய வேலை நிறுத்தத்துக்கும் பிரம்மாண்ட பேரணிக்கும் எதிர்பார்த்த பலன் கிடைத்தது. 1992 செப்டம்பர் 26 அன்று அதிபர் க்ளார்க் மற்றும் மண்டேலா இருவருக்கும் இடையே புரிந்துணர்வு ஒப்பந்தம் கையெழுத்தானது. அதன் மூலம் கருப்பின மக்கள் மீதான அடக்குமுறை, சிறைக்கொடுமை, துப்பாக்கிச்சூடு ஆகியவை விசாரணைக்கு உட்படுத்தப்படும் என்று அறிவித்தார் அதிபர் க்ளார்க்.

அதே சமயம் மண்டேலாவின் அனைத்துக் கோரிக்கைகளையும் ஏற்றுக்கொண்டு, வெள்ளைய அதிகாரிகள் மீது நடவடிக்கை எடுத்தால் தனது பதவிக்கே ஆபத்து வரும் என்பதையும் அதிபர் க்ளார்க் உணர்ந்திருந்தார். ஆகவே, தவறு செய்த அதிகாரிகள் வேலை நீக்கம் செய்யப்படுவார்கள், ஆனால் அவர்களுக்கு எந்தத் தண்டனையும் வழங்கப்பட மாட்டாது. பொது மன்னிப்பு வழங்கப் படும் என்றும் அறிவித்தார். அதன் மூலம் கருப்பின மக்களையும், வெள்ளையின மக்களையும் திருப்தி செய்ய முடியும் என்பது அவருடைய நம்பிக்கை.

மனைவி வின்னியைப் பிரிந்தார் மண்டேலா

ஆப்பிரிக்க தேசிய காங்கிரஸ் கட்சியின் தலைவராக மண்டேலா தேர்வு செய்யப்பட்ட செய்தி கேட்டு மக்கள் மகிழ்ந்தனர். மனைவி வின்னியும் குழந்தைகளும் சந்தோஷப்பட்டனர். ஆனால் இந்த ஆனந்தம் வெகு நாட்கள் நீடிக்கவில்லை. இருபத்தி ஏழு ஆண்டுகள் மண்டேலா சிறையில் இருந்ததால், கட்சியின் சார்பாக பல நடவடிக்கைகள் மேற்கொள்ள வேண்டிய கட்டாயம் வின்னிக்கு ஏற்பட்டது.

ஆள் கடத்தல், கொலை, கொள்ளை என பல விஷயங்கள் வின்னி யின் பெயரால், ஆனால், அவருக்குத் தெரியாமலும், அவரது அனுமதி இல்லாமலும் நடைபெற்றன. வின்னிக்கு நேரடியாகத் தொடர்பு இருக்குமோ என்று சந்தேகிக்கும் அளவுக்கு மிக மிக கச்சிதமாக சில விஷயங்கள் நடந்து முடிந்திருந்தன. வின்னியின் மீது வழக்குகள் தொடரப்பட்டன, அவற்றில் வின்னிக்கு எதிரான

சாட்சிகள் பலமாக இருந்தன. அவர் குற்றவாளி என்பது நிரூபணம் ஆனது. அதன் காரணமாக மண்டேலாவுக்கும் வின்னிக்கும் இடையே மனக்கசப்புகள் ஏற்பட்டன. மண்டேலாவுக்காகவும், கட்சிக்காகவும் எடுத்த நடவடிக்கைகள், தனக்கு எதிராகத் திரும்பும் என வின்னி சற்றும் எதிர்பார்க்கவில்லை.

தவறு செய்தவர் என் மனைவியே ஆனாலும் தண்டனையில் இருந்து தப்ப முடியாது என்ற நிலைப்பாட்டில் உறுதியாக இருந்தார் மண்டேலா. கருத்து வேறுபாடுகள் முற்றி, கடைசியில் இருவரும் பிரியும் சூழ்நிலை ஏற்பட்டது. இது குறித்து செய்தியாளர் ஒருவர் கேட்டதற்கு, 'வின்னி மீது எனக்கு இருக்கும் அன்பு என்றைக்கும் மாறாது' என்றார் மண்டேலா.

நெல்சன் மண்டேலா தென் ஆப்பிரிக்கத் தலைவராக மட்டுமின்றி உலகம் போற்றும் உத்தமராகவும் திகழ்ந்தார். அவரது செல்வாக்கு நாளுக்கு நாள் வளர்ந்து கொண்டே இருந்தது. கருப்பின மக்களின் ஒரு சில பிரிவினருக்கு மண்டேலாவின் கொள்கைகள் பிடிக்காமல் போனாலும், அவரது செல்வாக்கை அவர்களால் குறைக்க முடிய வில்லை. ஜுலு இனத் தலைவன் மண்கொசுது மட்டுந்தான் அவருக்குக் குடைச்சல் கொடுத்துக் கொண்டிருந்தான்.

தென் ஆப்பிரிக்க அதிபர் தேர்தலில் மண்டேலா வெற்றி

இந்நிலையில் 1993 ஜுன் மாதம் தொடங்கி, தென் ஆப்பிரிக்க அதிபர் தேர்தலுக்கான வேட்பாளர் தேர்வில் அனைத்துக் கட்சி யினரும் தீவிரமாக இருந்தனர். 1994 ஏப்ரல் 27 அன்று தென் ஆப்பிரிக்க அதிபர் தேர்தல் நடைபெறும் என அறிவிக்கப்பட்டு இருந்தது. தென் ஆப்பிரிக்க தேசிய காங்கிரஸ் கட்சியின் தலைவர் என்ற முறையில் கட்சிக்கு நிதி திரட்ட மண்டேலா மீண்டும் அமெரிக்க நாட்டுக்குப் பயணமானார். ஆறு நகரங்களில் சூறாவளிச் சுற்றுப்பயணம் மேற்கொண்டு, கட்சிக்குக் கணிசமான நிதி திரட்டி னார்.

அந்தச் சமயத்தில் ஜுலு இனத் தலைவன் மன்கொசுது புத்லேழி புது எச்சரிக்கை ஒன்றை விடுத்தான். தங்களுக்குரிய பகுதிகளைப்

பிரித்துக் கொடுக்காவிட்டால் அதிபர் தேர்தல்களை அமைதியாக நடத்த விட மாட்டேன் என்றான். நெல்சன் மண்டேலா மற்றும் அதிபர் க்ளார்க் ஆகியோர் வேறு வேறு கொள்கைப் பிடிப்புடன் இருந்தாலும், தென் ஆப்பிரிக்கா அமைதிப் பூங்காவாகத் திகழ வேண்டும் என்று இருவருமே விரும்பினர். எனவே இருவரும் பல்வேறு பழங்குடி இனத் தலைவர்களுடன் தொடர்ந்து பேச்சு வார்த்தை நடத்தி வந்தனர்.

ஜுலு இனத் தலைவர் மன்கொசுது புத்லேழியுடன் பேச்சுவார்த்தை நடத்தினார் மண்டேலா. முதலில் கொஞ்சம் முரண்டு பிடித்தாலும், இறுதியில் மண்டேலாவின் வார்த்தைகளுக்கு அவன் கட்டுப்பட்டான். தேர்தல் அமைதியாக நடக்க அனைத்து ஒத்துழைப்பையும் வழங்குவ தாக உறுதி அளித்தான். அதிபர் தேர்தலில் மண்டேலாவுக்கு முழு ஆதரவு தரவும் சம்மதித்தான்.

அதிபர் தேர்தல் ஏப்ரல் 27 தொடங்கி இரண்டு நாட்கள் நடை பெற்றது. உலகம் முழுவதிலும் இருந்து பல பத்திரிகையாளர்கள் தேர்தலை மேற்பார்வையிட அழைக்கப்பட்டிருந்தனர். அமைதி யாகவும் சுதந்திரமாகவும் நடைபெற்ற தேர்தல் எனப் பாராட்டித்

தலையங்கம் எழுதின. அடுத்த சில நாட்களில் வாக்குகள் எண்ணப் பட்டன. நெல்சன் மண்டேலா 67 சதவிகிதம் வாக்குகளையும், க்ளார்க் 23 சதவிகித வாக்குகளையும் பெற்றனர். அதன் தொடர்ச்சி யாக நெல்சன் மண்டேலா தென் ஆப்பிரிக்காவின் முதல் கருப்பின அதிபராக 1994 மே 10 -ஆம் தேதி பதவி ஏற்றுக் கொண்டார்.

'தென் ஆப்பிரிக்கா சுதந்திரம் பெறுவதற்காக உயிரிழந்த எண்ணற்ற மக்களுக்கு என்னுடைய அஞ்சலியைத் தெரிவித்துக் கொள்கிறேன். இந்த விடுதலைப் போராட்டத்தில் எங்களுக்குத் தோள் கொடுத்து உதவிய ஐக்கிய நாடுகள் சபைக்கு எங்கள் நாட்டின் கோடிக் கணக்கான மக்கள் சார்பில் என் நன்றியைத் தெரிவித்துக் கொள்கிறேன்' என உரையாற்றினார்.

அதிபராக அறிவித்த சீர்திருத்த நடவடிக்கைகள் வெற்றியும், தோல்வியும்

1994-99 வரை தென் ஆப்பிரிக்க அதிபராக இருந்த மண்டேலா அரசு பல்வேறு சீர்திருத்த நடவடிக்கைகளை அமல்படுத்திப் பேசுகையில் வெள்ளையினம் எங்களை வெறுத்து ஒதுக்கியதுபோல் நாங்கள் நடந்து கொள்ள மாட்டோம். எனது தனிப்பட்ட கொள்கை மட்டு மின்றி அரசின் கொள்கையும் இதுதான். எவ்வாறு பல நிறங்கள் சேர்ந்து வானவில்லை அழகாக ஒளிர வைக்கின்றனவோ, அதைப் போல் தென் ஆப்பிரிக்காவும் வெள்ளை மற்றும் கருப்பின மக்களுடன் ஒன்றிணைந்து உலக வரலாற்றில் ஜொலிக்கும்.

"வெள்ளை மற்றும் கருப்பின மக்கள் தண்டாவளங்களைப் போல் இணைந்து செயல்பட்டால்தான் தென் ஆப்பிரிக்கப் பொருளாதாரம் என்னும் ரயில் சீராக ஓடும். ஆகவே வெள்ளையின தொழிலதிபர்கள் அச்சமில்லாமல் இங்கு தொடர்ந்து முதலீடு செய்யலாம். அவர்களுக் கான உரிமையில் எந்தக் குறுக்கீடும் இருக்காது. ஆனால் எங்கள் கருப்பின மக்களின் ஜீவாதாரம் பாதிக்கப்படும் வகையில் எந்தத் தொழிலும் அனுமதிக்கப்பட மாட்டாது. உள்நாட்டுத் தொழில்கள் ஊக்குவிக்கப்படும். அவர்களது பொருளாதார முன்னேற்றம் மிக மிக முக்கியம்" என்றார்.

11 நீதிபதிகள் அடங்கிய அரசியல் அமைப்பு நீதிமன்றம் நிறுவப் பட்டது. புதிய அரசியல் அமைப்புச் சட்டத்தை ஏற்றுக் கொள்ளவோ, திருத்தங்கள் செய்யவோ, ரத்து செய்யவோ, புதிய ஷரத்துகளைச் சேர்க்கவோ, நிராகரிக்கவோ அதற்கு முழு அதிகாரம் அளிக்கப்பட்டிருந்த்து. பழைய இன ஒதுக்கல் அரசியல் அமைப்புச் சட்டத்திற்கு எதிராக 1996 இல் இந்தப் புதிய அரசியல் அமைப்புச் சட்டம் உருவானதன் முக்கிய நோக்கம், சட்டத்தின் முன்பு அனைவரும் சமம் என்பதே.

குறைந்த செலவில் குடியிருப்புகள் நிறுவப்பட்டன. சுத்தமான தண்ணீர், மின்சார வசதி, பள்ளி மாணவர்களுக்கு இலவச உணவும், பாலும் வழங்கப்பட்டன. குழந்தைகளுக்கும், கர்ப்பிணிகளுக்கும் இலவச மருத்துவ வசதி அளிக்கப்பட்டது. பத்திரிக்கை, வானொலி, தொலைகாட்சி உள்ளிட்ட ஊடகங்களுக்கு விதித்திருந்த தடைகள் விலக்கிக் கொள்ளப்பட்டதால், அரசு விமர்சனத்திற்கு உள்ளானது. ஆனால் இந்த விமர்சனம் வரவேற்கப்பட வேண்டிய ஒன்றுதான் என்று கூறியதுடன், ஜனநாயகத்தின் ஐந்தாவது தூணுக்கான உத்தர வாதத்தை மீண்டும் உறுதிப்படுத்தினார். நீதிமன்றங்களும், காவல் துறையும் தங்கள் கடமையைச் செவ்வனே செய்ய அனுமதிக்கப் பட்டன.

பொருளாதார நிலைத்தன்மை உறுதிப்படுத்த கெக்கியர் (GEGGEAR) என்னும் புதிய செயல் திட்டத்தை அறிமுகப்படுத்தினார். இதன் மூலம் பொருளாதார வளர்ச்சி, முதலீடு, வேலை வாய்ப்பு ஆகியவை பெருகும் என நம்பினார். ஆனால் அவரது கணிப்பு தவறாகி லட்சக் கணக்கானோர் வேலை இழந்தனர். தனியார்மயம், புதிய பொருளாதாரக் கொள்கைகள், தென் ஆப்பிரிக்கா உள்ளிட்ட பல நாடுகளில் தாக்கத்தை ஏற்படுத்தின. பல துறைகளில் குறிப்பாக சுரங்கத் துறையில் பலர் வேலை இழந்தனர். நாட்டின் பொருளாதார வளர்ச்சிக்காக அந்நிய முதலீடுகளை வரவேற்றார். அதன் காரண மாக உள்ளூர் தொழில்கள் நசிந்தன.

அனைத்துத் துறைகளும் அரசு மயமாக்கப்படும் என்னும் தேர்தல் வாக்குறுதிக்கு மாறாக தனியார் துறையை ஊக்கப்படுத்த அரசு

வசமிருந்த சில தொழில்களைத் தனியாருக்குத் தாரை வார்த்தார். மின்சாரம் மற்றும் குடிநீர் உள்ளிட்ட அத்யாவசியமான துறைகள் தனியார் வசம் போனதால், அதுவரை இவற்றை தடையின்றிப் பெற்றுக் கொண்டிருந்த அடித்தட்டு மக்களுக்கு அவை கிடைக்கா மல் போயின. லாப நோக்கமின்றிச் அரசு செயல்படுவதால் இதுவரை இவற்றை இலவசமாக பெற்று வந்தார்கள். தனியார் வசமான பிறகு அவர்கள் நிர்ணயித்த கட்டணத்தை ஏழைகளால் தர முடியவில்லை.

பொருளாதாரத்தை நிலை நிறுத்த எடுத்த தனியார்மய நடவடிக்கைகள் எதிர் விளைவுகளை ஒரு புறம் அளிக்க, தென் ஆப்பிரிக்க இதை விட இன்னும் கொடுமையான பிரச்சினையில் சிக்கித் தவித்தது. ஆம். அதுதான் 'எய்ட்ஸ்' என்னும் உயிர்க்கொல்லி நோய். சுகாதாரமற்ற பாலியல் தொழில் காரணமாக எய்ட்ஸ் நோய் வேகமாகப் பரவியது. எய்ட்ஸ் நோய் காரணியாக இறந்த கருவுற்ற பெண்களின் எண்ணிக்கை மட்டும் 40 லட்சம் ஆகும்.

இவ்வளவு பிரச்சனைகளுக்கும் நடுவே மண்டேலா 1960 முதல் 1963 வரை நடைபெற்ற மனித உரிமை மீறல்கள் குறித்த விசாரணை களுக்கு உத்தரவிட்டார். இனப் பாகுபாடு காரணியாக தென் ஆப்பிரிக்க சந்தித்து துயரங்கள், இழப்புகள் ஆகியவற்றைக் தெரிந்து கொள்ளவும், பதிவு செய்யவும், மீண்டும் இதுபோன்ற தவறுகள் ஏற்படாமல் இருக்கவுமே, இந்த விசாரணை என்று மண்டேலா தெரிவித்தார். முக்கியமாக இன ஒதுக்கலில் தீவிரம் காட்டியவர் களுக்குப் பொது மன்னிப்பு வழங்கி இனிமேல் தவறு செய்யா திருக்க அறிவுறுத்தப்படுவார்கள் என்றும் அறிவித்தார்.

க்ரேசா மேக்கேலுடன் (Graca Mahel) மூன்றாவது திருமணம்

இதற்கிடையே 1996 இல் கொலை வழக்கொன்றில் வின்னி மண்டேலா மீது குற்றம் சுமத்தப்பட மண்டேலாவின் நிலை தர்ம சங்கடமானது. நெருக்கடி முற்றவே வேறு வழியின்றி வின்னியை விவாக ரத்து செய்ததை ஏற்கனவே பார்த்தோம். பின்னர் 1998இல் தனது எண்பதாவது வயதில் க்ரேசா மேக்கேல் (Graça Machel) என்ற பெண்மணியை மூன்றாவது முறையாகத் திருமணம் செய்து கொண்டார்.

1997 ஆம் ஆண்டு ஆப்பிரிக்க தேசியக் காங்கிரஸின் பொன் விழா விமரிசையாக்க் கொண்டாடப்பட்டது. கட்சியின் தலைமைப் பொறுப்பிலிருந்து விலகி தபோ ம்பெகியைத் (THABO MBEKI) தலைவராக நியமித்தார். 1999 இல் தனது பதவிக் காலம் முடிந்த பிறகு இரண்டாவது முறையாக மீண்டும் அதிபர் பொறுப்பிற்குப் போட்டியிட மறுத்து விட்டார். கட்சித் தலைவர் பொறுப்பிலிருந்த தபோ ம்பெகி (Thabo Mbeki) இவரைத் தொடர்ந்து தென் ஆப்பிரிக்காவின் அதிபரானார்.

இவ்வாறாக கட்சி மற்றும் ஆட்சிப் பொறுப்புகளிலிருந்து முற்றிலு மாக விலகிக் கொண்டார் நெல்சன் மண்டேலா.

❐

22

நோபல் பரிசு உள்பட ஏராளமான விருதுகள், பரிசுகள், பட்டங்கள்

நெல்சன் மண்டேலாவின் சமூக, அரசியல் சாதனைகளை அங்கீகரிக்கும் வகையில் அவரது வாழ்வில் அவருக்கு 250க்கும் மேற்பட்ட விருதுகள், பாராட்டுகள், பரிசுகள், கௌரவ டாக்டர் பட்டங்கள் வழங்கப்பட்டன.

இந்தியா பாரத ரத்னா விருது, அமெரிக்க சுதந்திரத்திற்கான ஜனாதிபதி பதக்கம், சோவியத் யூனியன் லெனின் அமைதி பரிசு, மனித உரிமைகளுக்கான லிபிய அல்-கடாபி சர்வதேச பரிசு, பாகிஸ்தான் நிஷான்-இ-பாகிஸ்தான், துருக்கி அட்டாதுர்க் அமைதி விருது, ஆர்டர் ஆஃப் இசபெல்லா தி கத்தோலிக்கர், ஆர்டர் ஆஃப் கனடா, கனடாவின் கௌரவ குடிமகன், ராணி இரண்டாம் எலிசபெத் செயின்ட் ஜான் வரிசை யின் பெய்லிஃப் கிராண்ட் கிராஸாக நியமித்து அவருக்கு ஆர்டர் ஆஃப் மெரிட்டில் உறுப்பினர் பதவி என அவருக்கு வழங்கப்பட்டவை எண்ணிக் அடங்காது.

நெல்சன் மண்டேலா - க்ளார்க் கூட்டாக நோபல் பரிசு

அனைத்து விருதுகள், பரிசுகளுக்குச் சிகரம் வைத்ததுபோல், தென் ஆப்பிரிக்காவில் நீண்ட காலமாக நிலவிய கருப்பின மக்களுக்கு எதிரான நிறவெறியை, அமைதியான முறையில் அகற்றுவதில் முக்கியப் பங்காற்றியமைக்காக 1993ஆம் ஆண்டுக்கான 'நோபல் பரிசு' நெல்சன் மண்டேலாவிற்கும், தென் ஆப்பிரிக்க அதிபர் எஃப் டபிள்யூ டி க்ளார்க் ஆகிய இருவருக்கும் கூட்டாக வழங்கப்பட்டது.

23

அரசியலிலிருந்து முழு ஓய்வு

1999 ஜூன் மாதம் பதவியை விட்டு விலகிய பிறகு தனது சொந்த ஊரான குனுவில் மீதிக் காலத்தை அமைதியாக கழிக்க விரும்பினார். ஆனால் 80 வருடங்களாகப் பரபரப்பாக உழைத்துவிட்டு திடீரென சும்மா இருப்பது அவருக்கு கடினமாக இருந்தது. எனவே, அதே ஆண்டு 'நெல்சன் மண்டேலா ஃபௌண்டேஷன்' (Nelson Mandela Foundation) என்னும் அமைப்பைத் தொடங்கி உலகத் தலைவர்கள், பிரபலங்களுடனான நெருக்கத்தை அதிகப்படுத்திக் கொண்டார். கிராம மேம்பாடு, பள்ளிகள் திறப்பு குறிப்பாக எய்ட்ஸ் நோய் குறித்த விழிப்புணர்வு ஆகியவை இதன் முக்கிய நோக்கங்களாகும். உலகிலேயே அதிக எண்ணிக்கையில் எய்ட்ஸ் நோயால் பாதிக்கப் பட்டவர்கள் அதாவது சுமார் 5 மிலியன் மக்கள் தென் ஆப்பிரிக்கா வில் இருக்கின்றனர். இது குறித்த விழிப்புணர்வை ஏற்படுத்த நாடு முழுவதும் பயணித்தார்.

சுக்கியன் புற்றுநோயால் பாதிக்கப்பட்ட மண்டேலாவிற்கு 2001 ஜூலையில் வெற்றிகரமாக அறுவை சிகிச்சை நடந்தேறியது. அதே ஆண்டு நெல்சன் மண்டேலா அழைப்பு கோல்ஃப் போட்டிகள், 2002 இல் நெல்சன் மண்டேலா வருடாந்திர பேருரை, 2003 மண்டேலா

ரோட்ஸ் ஃபவுண்டேஷன் என பல்வேறு அறக்கட்டளைத் தொடங்கி உலகம் முழுவதும் பயணித்தார்.

2003 -ஆம் ஆண்டு ஈராக் நாட்டிற்கு எதிராக அமெரிக்காவும், பிரிட்டனும் போர் தொடுத்த போது அமெரிக்க அதிபர் ஜார்ஜ் புஷ் மற்றும் பிரிட்டன் பிரதமர் டோனி பிளேரைக் கடுமையாகச் சாடினார். 2004 ஜூன் மாதம் தனது 86 ஆவது வயதில் உடல் நிலை கடுமையாகப் பாதிக்கப்பட்டதால் தீவிர அரசியலில் இருந்து விலகு வதாக அறிவித்தார். பொதுக் கூட்டங்களில் கலந்து கொள்வது மற்றும் பேட்டிகள் அளிப்பது ஆகியவற்றையும் தவிர்த்தார். இருப் பினும் 2005 இல் 'நெல்சன் மண்டேலா லெகசி' (Nelson Mandela Legacy) என்னும் அறக்கட்டளையை உருவாக்கி ஆப்பிரிக்காவிற்குத் தேவையான பொருளாதார உதவிகளை வழங்குமாறு அமெரிக்கா வில் நடைபெற்ற ப்ரூகிங்க்ஸ் நிலையத்தில் உரையாற்றினார். அதிபர் ஜார்ஜ் புஷ், செனேட்டர் ஹிலேரி க்ளிண்டன் ஆகியோரைச் சந்தித்துத் தனது கோரிக்கைகளை வலியுறுத்தினார்.

2007 -ல் தனது 89 ஆவது வயதில் உலகின் மூத்த தலைவர்களுடன் இணைந்து 'தி எல்டர்ஸ்' (The Elders) என்னும் இயக்கத்தைத் தொடங்கினார். 2008 -ஆம் ஆண்டு மண்டேலாவின் 90 ஆவது பிறந்த நாள் கோலாகலமாகக் கொண்டாடப்பட்டது. 2010 -ஆம் ஆண்டு தென் ஆப்பிரிக்காவில் நடைபெற்ற 'உலகக் கால்பந்து கோப்பை' போட்டிகளின் நிறைவு நாளில் கலந்து கொண்டார். 2004 -ல் அவர் மேற்கொண்ட அயராத முயற்சிகள் காரணமாகவே 2010 உலக கால்பந்து கோப்பை போட்டிகளை நடத்த தென் ஆப்பிரிக்காவிற்கு வாய்ப்பு கிடைத்தது என்பது குறிப்பிடத்தக்கது.

உலக நாயகனாகத் திகழ்ந்தாலும் மண்டேலா தனது வாழ்வின் அந்திமக் காலத்திலும் குடும்ப உறவுகளுக்கு இடையே சிக்கிப் பல பிரச்சனைகளைச் சந்தித்தார். 3 மனைவிகள், 6 குழந்தைகள், 17 பேரக் குழந்தைகள், 14 கொள்ளும் பேரக் குழந்தைகள் என மண்டேலாவின் குடும்பம் பெரிது. சொத்துக்களும் ஏராளம் இருந்த காரணத்தால், அவற்றைப் பங்கு பிரிக்கச் சண்டை போட்டனர். குடும்பச் சண்டை காரணமாக, மண்டேலா கடைசிக் காலத்தில் மனதளவில் பாதிக்கப்பட்டார்.

◻

24

ஜூலை 18
'நெல்சன் மண்டேலா சர்வதேச தினம்'
ஐக்கிய நாடுகள் அறிவிப்பு

20ஆம் நூற்றாண்டை மாற்றிய மற்றும் 21ஆம் நூற்றாண்டை வடிவமைக்க உதவிய ஒரு மனிதனின் பாரம்பரியத்தை வெளிச்சம் போட்டுக் காட்ட ஒவ்வொரு ஆண்டும் மண்டேலா பிறந்த ஜூலை 18ஆம் தேதியை 'நெல்சன் மண்டேலா சர்வதேச தினம்' ஆக ஐக்கிய நாடுகள் சபை 2009 - ஆம் ஆண்டு அறிவித்தது. இது தொடர்பாக வெளியிட்டுள்ள அறிக்கை பின்வருமாறு:

'முழுமையான உறுதிப்பாடு, நீதி, மனித உரிமைகள் மற்றும் அடிப்படை சுதந்திரங்களுக்கு ஆழ்ந்த அர்ப்பணிப்பு; ஒவ்வொரு பெண் மற்றும் ஆணின் சமத்துவம் மற்றும் கண்ணியத்தில் ஆழமான நம்பிக்கை; அனைத்து தரப்பிலும் மற்றும் பிரிவுகளிலும் உரையாடல் மற்றும் ஒற்றுமைக்கு இடைவிடாத ஈடுபாடு; ஆகியவற்றுடன் நெல்சன் மண்டேலாவை ஊக்கப்படுத்திய விழுமியங்களுடன் நாம் அனைவரும் நம்மைப் புதுப்பித்துக் கொள்ள வேண்டும்.

நெல்சன் மண்டேலா ஒரு சிறந்த அரசியல்வாதி, சமத்துவத்திற்கான கடுமையான வழக்கறிஞர், தென்னாப்பிரிக்காவில் அமைதியின் ஸ்தாபகத் தந்தை. கொந்தளிப்பான காலங்களில், ஒடுக்குமுறையை எதிர்க்கும் சக்தியையும், சமத்துவமின்மைக்கு எதிரான நீதியின்

சக்தியையும், அவமானத்திற்கு எதிரான கண்ணியத்தையும், வெறுப்புக்கு எதிரான மன்னிப்பையும் நெல்சன் மண்டேலா நமக்குக் காட்டுகிறார். நிலையான வளர்ச்சிக்கான நிகழ்ச்சி நிரலை உலகம் முன்னெடுத்துச் செல்லும்போது, துன்பத்தின் புதிய ஆதாரங்களை சமாளிக்க பாடுபடுகையில், நெல்சன் மண்டேலாவின் வாழ்க்கையின் படிப்பினைகளையும், அவருக்கு வழிகாட்டிய அத்தியாவசிய மனிதநேயத்தையும் நினைவு கொள்ள வேண்டியது கட்டாயம்.

'சுதந்திரமாக இருப்பது என்பது ஒருவரின் சங்கிலிகளைத் தள்ளி விடுவது மட்டுமல்ல, மற்றவர்களின் சுதந்திரத்தை மதிக்கும் மற்றும் மேம்படுத்தும் வகையில் வாழ்வதும் ஆகும். அனைத்து நபர்களும் நல்லிணக்கத்துடனும் சமமான வாய்ப்புகளுடனும் ஒன்றாக வாழும் ஜனநாயக மற்றும் சுதந்திரமான சமூகத்தின் இலட்சியத்தை நான் மதிக்கிறேன். இது நான் வாழவும் சாதிக்கவும் நம்பும் ஒரு இலட்சியமாகும். தேவைப்பட்டால், அந்த இலட்சியத்திற்காக நான் இறக்கவும் தயாராக இருக்கிறேன். - **நெல்சன் மண்டேலா**

◻

25

நெல்சன் மண்டேலா மறைவு

2011 கடுமையான மூச்சுக் குழாய் தொற்று காரணமாக மருத்துவ மனையில் அனுமதிக்கப்பட்டார். 2012 டிசம்பரில் மீண்டும் நுரையீரலில் தொற்று ஏற்பட்ட்தால் அவரது உடலிலிருந்து பித்தக்கல் அகற்றப்பட்டது. 2013 மார்ச்சில் மீண்டும் நுரையீரல் பிரச்சனை காரணமாக பிரிடோரியா மருத்துவமனையில் சிகிச்சை பெற்று ஒரு சில நாள்களில் வீடு திரும்பினார். 2013 ஜூனில் நுரையீரல் தொற்று மோசமாகி அபாய கட்டத்தில் அவசர சிகிச்சைக்காக மருத்துவ மனையில் சேர்க்கப்பட்டார். உடல் நிலை சீராக இருந்தாலும் அபாய கட்டத்தைத் தாண்டவில்லை என மருத்துவர்கள் அறிக்கை விடுத்தனர்.

ஜூன் 26 -ஆம் தேதி மண்டேலா குடும்ப வழக்கறிஞர் டேவிட் ஸ்மித் நீதிமன்றத்தில் மனு கொடுத்தார். அதில் மண்டேலா 'காய்கறி போல் மூளைச் சாவு' நிலையில் இருப்பதால் அவருக்குக் கொடுக்கப் படும் செயற்கைச் சுவாசத்தை நிறுத்த வேண்டுமெனக் கூறியிருந்தார். ஆனால் தென் ஆப்பிரிக்க அதிபர் மாளிகை இதனைக் கடுமையாக மறுத்து 'அவர் அபாய கட்டத்தைத் தாண்டவில்லை என்பது

உண்மையே. ஆனால் நிலையாக இருக்கிறார்' என்று அறிக்கை விடுத்தது. 2013 செப்டம்பர் 1-ஆம் தேதி மண்டேலா அதே அபாய கட்டத்தைத் தாண்டாத நிலையில் மருத்துவமனையிலிருந்து வீடு திரும்பினார்.

மறைந்தார் மண்டேலா

நீண்ட காலமாக நுரையீரல் பிரச்சனைகளால் நோய்வாய்ப் பட்டிருந்த மண்டேலா 2013 டிசம்பர் 5-ஆம் தேதி தனது மூச்சை நிறுத்திக் கொண்டார். சிறையில் அடைக்கப்பட்ட போது தென் ஆப்பிரிக்கா அடிமை விலங்கை நொறுக்கிச் சுதந்திரக் காற்றைச் சுவாசிக்கும் வரையேனும் நான் உயிருடன் இருக்க வேண்டுமென விரும்பினார். அவரது எண்ணம் நிறைவேறும் வகையில் தென் ஆப்பிரிக்க சுதந்திரம் பெற்றதைக் கண் குளிரப் பார்த்ததுடன் அதன் அதிபராகவும் பொறுப்பு வகித்தார்.

தென் ஆப்பிரிக்க அதிபர் ஜேக்கப் ஜுமா (Jacob Zuma) மண்டேலா வின் மறைவிற்கு அஞ்சலி செலுத்தும் வகையில் 10 நாள்கள் நாடு தழுவிய துக்கம் கடைப்பிடிக்கப்படும் என்று அறிவித்தார். இதனைத் தொடர்ந்து டிசம்பர் 10 -ஆம் தேதி ஜோஹனஸ்பர்க் எஃப்என்பி அரங்கில் நடைபெற்ற நிகழ்ச்சியில் பல்வேறு சமயப் பிரார்த்தனைகள் நடைபெற்றன.

இந்துமத பிரார்த்தனைகளின் போது சமஸ்கிருத ஸ்லோகங்கள் வாசிக்கப்பட்டன. லட்சக்கணக்கான மக்கள் கலந்து கொண்ட நிகழ்ச்சியில் திடீரென மழை பெய்தது. இருப்பினும் கூட்டம் கலைந்து செல்லாமல் குடைகளைப் பிடித்துக் கொண்டு அஞ்சலி செலுத்தினர்.

இந்தியாவின் சார்பில் குடியரசுத் தலைவர் பிரணாப் முகர்ஜி, மக்களவை எதிர்கட்சித் தலைவர் சுஷ்மா ஸ்வராஜ், காங்கிரஸ் தலைவர் சோனியா காந்தி, மார்க்சிஸ்ட் கம்யூனிஸ்ட் கட்சியின் சீத்தாரம் யசூரி ஆகியோர் கலந்து கொண்டு இறுதி மரியாதை செலுத்தினர். அமெரிக்க அதிபர் ஒபாமா, ஐநா பொதுச் செயலர் பா கீ மூன், தென் ஆப்பிரிக்க முன்னாள் வெள்ளையின அதிபர் க்ளார்க், சீன துணை அதிபர் லீ யுவான் சாவோ, ஆஃப்கானிஸ்தான் அதிபர் ஹமீத் கர்சாய், பிரான்ஸ் அதிபர் பிரான்ஸுவா ஹொலந்த், க்யூபா அதிபர் ரவுல் காஸ்ட்ரோ, அமெரிக்க முன்னாள் அதிபர்கள் ஜிம்மி கார்டர், ஜார்ஜ் புஷ், பில் கிளிண்டன் உள்பட 100 க்கும் மேற்பட்ட நாடுகளின் உலகத் தலைவர்கள் இறுதி அஞ்சலியில் கலந்து கொண்டனர்.

பிரிடோரியாவில் உள்ள யூனியன் கட்டடத்தில் பொது மக்கள் அஞ்சலிக்காக டிசம்பர் 11 முதல் 13 வரை அவரது பூத உடல் வைக்கப்பட்டது. பின்னர் டிசம்பர் 15 -ஆம் தேதி அவரது சொந்த ஊரான குனூவில் முழு அரசு மரியாதையுடன் அவாது உடல் நல்லடக்கம் செய்யப்பட்டது. அவர் பூத உடல் மறைந்தாலும் என்றென்றும் மக்கள் நெஞ்சங்களில் நீங்காது நிறைந்திருப்பார்.

❐

ஆசிரியர் குறிப்பு

ஜனனி ரமேஷ்

(M.A, M.A. M.Phil., M.B.A., B.L., B.Lit., B.Com AII)

ஓய்வு பெற்ற காப்பீட்டுத் துறை அதிகாரியான இவரின் பதினான்காம் வயதில் 'கல்கி' குழுமத்தைச் சேர்ந்த 'கோகுலம்' சிறுவர் இதழில் முதல் சிறுகதை வெளியானது. ஆங்கிலமும் தமிழும் அறிந்த பத்திரிக்கையாளர், எழுத்தாளர் மற்றும் மொழிபெயர்ப்பாளர். சட்டம், இலக்கியம், வரலாறு, வர்த்தகம், அரசியல், இதழியல் என பல்வேறு துறைகளில் பட்டங்கள் பெற்றவர். அகில இந்திய வானொலியில் இவரது சிறுகதைகளும், கவிதைகளும், பிரபலங்களுடனான நேர்காணல் களும் ஒலிபரப்பாகி உள்ளன. 'இதயம் பேசுகிறது' மற்றும் 'ஆனந்த விகடன்' குழுமத்தின் 'ஜுனியர் போஸ்ட்', 'விகடன் பேப்பர்', 'நாணய விகடன்', கோகுலம் (கல்கி குழுமம்), வலம், ஆழம் ஆகிய பத்திரிக்கை களில் எழுதியுள்ளார்.

'விகடன்.காம்' இணைய தளம் தொடங்கப்பட்ட நாள் தொடங்கி சுமார் பத்து ஆண்டுகாலம் தினந்தோறும் வணிகச் செய்திகள் வழங்கி யுள்ளார். தினமணி, தமிழ் இந்து (மாயாபஜார்), தினமலர் (தினமலர் பட்டம்), கலைமகள், அமுதசுரபி, விஜயபாரதம் மற்றும் தொழில், மருத்துவம், வணிகம், கட்டுமானம் உள்ளிட்ட துறை சார்ந்த பத்திரிக்கைகளில் இவரது கட்டுரைகள் தொடர்ந்து வெளியாகி வருகின்றன. மொழிபெயர்ப்புகள் உள்பட எழுதிய நூல்களின் எண்ணிக்கை 28 ஆகும். 'தமிழ் அறிஞர்கள்' நூலுக்குத் தமிழக அரசு தமிழ் வளர்ச்சித் துறை பரிசு வழங்கிப் பாராட்டியுள்ளது.

நூலுக்கான பரிசுகளும், விருதுகளும் :

- தமிழக அரசு – தமிழ் வளர்ச்சித் துறை – 'தமிழ் அறிஞர்கள்' நூலுக்குப் பரிசும், பாராட்டும்
- கவிஞர் பாரதன் – பாரதி தமிழ் இலக்கியப் பேரவை, தேனி – 'தமிழ் அறிஞர்கள்' மற்றும் 'திருவள்ளுவர்' நூல்களுக்குப் பரிசும், பாராட்டும்
- கவிஞர் ஏர்வாடி இராதாகிருஷ்ணன் கவிதை உறவு 'எழுத்துச் செல்வர்' விருது
- பில்டர்ஸ் லைன் – 'சிறந்த எழுத்தாளர்' விருது
- இலக்கியச் சோலை – 'கவி முகில்' விருது
- தமிழ்நாடு சிற்றிதழ்கள் பதிப்பாளர் சங்கம் – 'பயனெழுத்துப் படைப்பாளி' விருது
- வணிகமணி – 'சிறந்த எழுத்தாளர்' விருது

மின் அஞ்சல்: writerjhananiramesh@gmail.com

முகவரி : 5/24, முகப்பேர் மேற்கு, சென்னை 600 037.

கைபேசி : 98400 95919.

ஜனனி ரமேஷ் நூல்கள்

இலக்கியம் / ஆன்மிகம்

1. தமிழ் அறிஞர்கள் (தமிழக அரசின் தமிழ் வளர்ச்சித் துறை விருது)
2. திருவள்ளுவர் – வரலாற்றுத் தேடல்
3. சைவ ஆதீனங்கள்
4. ஹிந்துத்வம் (மொழிபெயர்ப்பு மூலம் ஜே நந்தகுமார்)
5. நாலடியார் மூலமும், உரையும்

வாழ்க்கை வரலாறு

6. சச்சின் டெண்டுல்கர்
7. தலாய் லாமா
8. முசோலினி

9. ஜுலியஸ் சீசர்

10. ஔரங்கசீப் (மொழிபெயர்ப்பு மூலம் ஆட்ரே ட்ரஷ்கெ)

வரலாறு / அரசியல்

11. இந்திய அரசியல் வரலாறு (மொழிபெயர்ப்பு மூலம் கிருஷ்ணகாந்த்)

12. தெலங்கானா

13. இந்திய சீனப் போர் (மொழிபெயர்ப்பு மூலம் மேக்ஸ்வெல்)

14. தேசத் தந்தைகள் (மொழிபெயர்ப்பு மூலம் ராஜ்மோகன் காந்தி)

15. பிரேந்திர குமார் கோஷ் (ஸ்ரீ அரவிந்தர் சகோதரர்)
அந்தமான் சிறை அனுபவங்கள்

16. சாவர்க்கரின் வாக்குமூலம் (மகாத்மா காந்தி கொலை வழக்கு)

புதினம்

17. விதியின் சிறையில் மாவீரன் (மொழிபெயர்ப்பு மூலம் துர்காதாஸ்)

18. சிந்து சமவெளி சவால் (மொழிபெயர்ப்பு மூலம் துர்காதாஸ்)

சிறுவர் இலக்கியம் (கையடக்கப் பிரதி)

19. சீன மதங்கள்

20. நைட்டிங்கேலும் ரோஜாவும்

21. கலிவரின் பயணங்கள்

22. ஹகிள்பெர்ரி ஃபின்

23. இளவரசனும் ஏழையும்

24. டாக்டர் ஜெகில் & மிஸ்டர் ஹைட்

25. ஆண்டனி & கிளியோபாட்ரா

26. தமிழகம் தந்த தவப்புதல்வர்கள்

27. 80 நாள்களில் உலகைச் சுற்றி

ஆங்கிலம்

28. Grandpa Stories